ബാലഭാസ്കർ:

സൗഹൃദം, പ്രണയം, സംഗീതം

balabhaskar:
souhrudham, pranayam, sangeetham

•

joy thamalam

•

first edition
december 2018

•

typesetting & published
chintha publishers, thiruvananthapuram

•

cover
vinod mangoes design

വിതരണം

ദേശാഭിമാനി ബുക്ക് ഹൗസ്

H O തിരുവനന്തപുരം-695 035
phone: 0471-2303026, 6063026
www.chinthapublishers.com
chinthapublishers@gmail.com

ബ്രാഞ്ചുകൾ

ഹെഡ്ഡാഫീസ് ബ്രാഞ്ച് കുന്നുകുഴി • സ്റ്റാച്യു തിരുവനന്തപുരം • കെ എസ് ആർ ടി സി ബസ് സ്റ്റേഷൻ ആലപ്പുഴ • കെ എസ് ആർ ടി സി ബസ് സ്റ്റേഷൻ എറണാകുളം • മച്ചിങ്ങൽ ലെയ്ൻ തൃശൂർ • ഐ ജി റോഡ് കോഴിക്കോട് • മാവൂർ റോഡ് കോഴിക്കോട് • എൻ ജി ഒ യൂണിയൻ ബിൽഡിങ് കണ്ണൂർ • സെൻട്രൽ ബസ് ടെർമിനൽ കോംപ്ലക്സ് താവക്കര കണ്ണൂർ

CO - 2732/4925
ISBN - 978-93-88485-05-0

ബാലഭാസ്കർ:
സൗഹൃദം, പ്രണയം, സംഗീതം

ജോയ് തമലം

ചിന്ത പബ്ലിഷേഴ്സ്
തിരുവനന്തപുരം-695 035

ജോയ് തമലം

തിരുവനന്തപുരത്ത് ജനിച്ചു. അമ്മ ഭാമിനി. അച്ഛൻ ശ്രീധരൻ. മാർ ഇവാനിയോസ് കോളേജ്, യൂണിവേഴ്സിറ്റി കോളേജ് എന്നിവിടങ്ങളിൽ പഠനം. കവിതയ്ക്ക് ആശാൻ പുരസ്കാരം (2014). ദൃശ്യമാധ്യമ പ്രവർത്തകനെന്ന നിലയിൽ മികച്ച റിപ്പോർട്ടിങ്ങിന് സംസ്ഥാന പുരസ്കാരം, വി കെ മാധവൻകുട്ടി കേരളീയം ദേശീയ പുരസ്കാരം (2006). മികച്ച ക്രൈംഷോ അവതരണത്തിന് നിരവധി പുരസ്കാരങ്ങൾക്ക് അർഹനായി. ഡോക്യുമെന്ററി സംവിധാനത്തിന് ക്രിട്ടിക്സ് അവാർഡ് (2004). നിരവധി ചലച്ചിത്രങ്ങൾക്കും ടെലിസീരിയലുകൾക്കും മ്യൂസിക് വീഡിയോകൾക്കും ടെലിവിഷൻഷോകൾക്കും ഗാനങ്ങളെഴുതി. കുവൈറ്റിലും ഖത്തറിലും റേഡിയോകളിൽ ജോലി നോക്കിയിരുന്നു. റേഡിയോ നാടകം ഉൾപ്പെടെ നിരവധി റേഡിയോ പരിപാടികൾക്ക് സ്ക്രിപ്റ്റും ഗാനങ്ങളും എഴുതി. ആനുകാലികങ്ങളിലും സോഷ്യൽ മീഡിയകളിലും കവിതകളും കഥകളുമായി സജീവം. *ന്യൂസ് 18 കേരള*ത്തിൽ പ്രിൻസിപ്പൽ കറസ്പോണ്ടന്റ്.

കൃതികൾ : *പിറവി, ഷിത്തോറിയന്റെ സ്റ്റഡി ലീവ്, എന്റെ കവിത, കാടൊരു ത്രീഡി ചിത്രം, അഗ്നിശലഭങ്ങൾ* (കവിതാസമാഹാരം) *കാഴ്ച* (കുട്ടികളുടെ നാടകം) *ഇടയവഴിയിൽ ഇടറാതെ* (എഡിറ്റർ - മാർ ഇവാനിയോസ് തിരുമേനിയെക്കുറിച്ചുള്ള വിശ്വാസികളുടെ പ്രസംഗം)

Email : josyreedhar@gmail.com
ഫോൺ : 8129234246

ഉള്ളടക്കം

പ്രസാധകക്കുറിപ്പ്

വയലിൻ തന്ത്രികൾ മീട്ടി മാസ്മരിക സംഗീതം പൊഴിച്ച് നിലകൊള്ളുമ്പോഴാണ് ബാലഭാസ്കർ നിശാന്തത്തിലെ ആകാശത്തിൽ നിന്നെന്നപോലെ പൊഴിഞ്ഞു പോയത്. ബാല്യകാലം മുതൽ ബാലഭാസ്കറിനൊപ്പം ഉണ്ടായിരുന്ന, സംഗീതവേദികളിൽ തൊട്ടുരുമ്മി നിന്നിരുന്ന ജോയി എന്ന കൂട്ടുകാരന്റെ ഓർമ്മകളാണീ പുസ്തകം. ബാലഭാസ്കർ എന്ന സംഗീതജ്ഞന്റെ സൗഹൃദങ്ങളിലേക്കും പ്രണയത്തിലേക്കും സംഗീതത്തിലേക്കും വെളിച്ചം വീശുന്ന ഈ കൃതി സ്വരം നിലച്ച വയലിനു മുന്നിൽ സമർപ്പിക്കുന്നു.

ചിന്ത പബ്ലിഷേഴ്സ്

തേജസ്വിനി ബാലയ്ക്ക്...

ആമുഖം

ആത്മസ്നേഹിതന്റെ വിജയം ആഘോഷിക്കുന്ന വേദിയിൽ പങ്കുവയ്ക്കാൻ ഹൃദയത്തിൽ മുന്നേ കുറിച്ച നേരുകളൊക്കെ, അവന്റെ അകാല വിയോഗം ഏല്പിച്ച മുറിവുണക്കാൻ എഴുതേണ്ടിവരുന്ന ദുരവസ്ഥയാണ് *ബാലഭാസ്കർ: സൗഹൃദം, പ്രണയം, സംഗീതം* എന്ന പുസ്തകം. കാൽനൂറ്റാണ്ടിന്റെ ഓർമ്മകളുണ്ട് എഴുതാൻ. ബാലഭാസ്കർ പറഞ്ഞ അനുഭവങ്ങളോടൊപ്പം അവനുമൊത്ത് ചുറ്റിത്തിരിഞ്ഞ കോളേജ് കാലത്തിന്റെ നേരെഴുത്തും പിന്നീട് വ്യത്യസ്ത വഴികളിലൂടെ സഞ്ചരിച്ച് ചിലപ്പോഴൊക്കെ ഒരുമിച്ച് കൂടുകയും യാത്ര ചെയ്യുകയും ചെയ്ത കാലത്തെ ഓർമ്മകളും ഇക്കാലയളവിലെ ഞങ്ങളുടെ ജീവിതത്തെയുമാണ് പുസ്തകം അടയാളപ്പെടുത്തുന്നത്. ബാലുവിനോട് നീതി പുലർത്തുക മാത്രമാണ് *ഈ പുസ്തകം* ലക്ഷ്യവെക്കുന്നത്.

ബാലുവിനെ അറിയുന്നവർക്ക് നൂറായിരം അനുഭവങ്ങളുണ്ടാകും പറയാനും എഴുതാനും. അതുകൊണ്ടുതന്നെ ഈ പുസ്തകം പൂർണ്ണമാണെന്ന വാദം മുന്നോട്ട് വയ്ക്കുന്നില്ല. പുസ്തകത്തിൽ പരാമർശിക്കുന്ന പേരുകാരൊക്കെ ഓരോ മേഖലകളിൽ ഇതിനകം വ്യക്തിമുദ്ര പതിപ്പിച്ചവരാണ്. അവരെക്കുറിച്ച് അതിവിപുലമായ വിവരണം നല്കാൻ കഴിയുമെങ്കിലും അതിനു മുതിർന്നാൽ പുസ്തകം വല്ലാതെ നീണ്ടുപോകും. ഓർമ്മയിലുള്ള പേരുകാരെ മുഴുവനും അടയാളപ്പെടുത്താനുള്ള ശ്രമവും നടത്തിയിട്ടില്ലെന്ന് ഖേദത്തോടെ പറയട്ടെ. എപ്പോഴും ഒന്നാമനാകുമ്പോഴും ചിരിച്ചും നാണിച്ചും നഖം കടിച്ചും ഒന്നും എനിക്കറിയില്ലെന്ന മട്ടിൽ നില്ക്കുന്ന മിടുക്കനാണ് ബാലു. വയലിൻ തന്ത്രികളിൽ മാസ്മരിക സംഗീതം പൊഴിച്ച് വേദികളാകെ കീഴടക്കിയ അവൻ ഇന്നും എന്നും ജീവിക്കുന്നു. അവന്റെ ജീവിത രേഖയാണ് *ഈ പുസ്തകം.*

പുസ്തകം യാഥാർത്ഥ്യമാക്കാൻ ഒപ്പമുണ്ടായിരുന്ന കെ വി മധു, ബിജു മുരളീധരൻ, മഹേഷ് പഞ്ചു, ജാസി ഗിഫ്ട്, ഇഷാൻ ദേവ്, അഡ്വ. എസ് പി സന്തോഷ്, ബിനു ഐ പി, വിദ്യാ ഡെറിക് സാം, സിമി തോമസ്, ബാലുവിന്റെയും ലക്ഷ്മിയുടെയും കുടുംബാംഗങ്ങൾ എന്നിവരോട് കടപ്പെട്ടിരിക്കുന്നു. ബാലുവിനെക്കുറിച്ചൊരു പുസ്തകം വേണമെന്ന ആഗ്രഹത്തിന് തണലായി നിന്ന ചിന്ത പബ്ലിഷേഴ്സിലെ ഗോപി നാരായണൻ ചേട്ടനോടും ചിന്ത കുടുംബത്തോടും നന്ദി പറയട്ടെ. *ന്യൂസ് 18 കേരള*ത്തിലെ എഡിറ്റർമാരായ രാജീവ് ദേവരാജ്, ടി ജെ ശ്രീലാൽ, ജെ സതീഷ് കുമാർ, സഹൃദയനായ എൻ എം ഉണ്ണികൃഷ്ണൻ എന്നിവരോടും നന്ദി പറയട്ടെ.

ജീവനും ജീവിതവും ഒരുമിച്ച് ആഘോഷിച്ച പ്രിയ കൂട്ടുകാരന്റെ ഇറങ്ങിപ്പോക്ക് ഹൃദയത്തിലേല്പിച്ച ക്ഷതം ഏറെ വലുതാണ്. കണ്ണീരും രക്തവും പങ്കിട്ടെടുത്ത ആത്മരേഖയാണ് ഈ പുസ്തകം. ആദ്യം കണ്ട നേരം എന്റെ കൈവിരൽ മുറുക്കിപ്പിടിച്ച പ്രിയ തേജസ്വിനി ബാലയ്ക്ക് അവളുടെ അച്ഛനെക്കുറിച്ചുള്ള ജീവിതപുസ്തകം സ്നേഹത്തോടെ സമ്മാനിക്കുന്നു. ദുർവ്യാഖ്യാനം കൊണ്ട് സത്യത്തെ ചരിത്രത്തിൽനിന്ന് ആരെങ്കിലുമൊക്കെ വഴിതിരിച്ച് വിടും മുമ്പ് ബാലുവിന്റെ അഭ്യുദയ കാംക്ഷികളും സ്നേഹിതരും വായിച്ചറിയണം, എന്റെ സ്നേഹിതൻ സ്നേഹിക്കാൻ മാത്രം അറിയാവുന്ന, സ്നേഹം മാത്രം ആഗ്രഹിച്ചിരുന്ന മഹാ പ്രതിഭയായിരുന്നുവെന്ന്...

ജോയ് തമലം

ബാലുവിനെ എഴുതുമ്പോൾ

ബാലുവിനെ ഇനി ഒരിക്കലും കാണാനാകില്ലെന്ന സത്യം തിരിച്ചറിയാൻ കഴിയാതെ ഹൃദയം മരവിക്കുന്നു. അവന്റെ സ്നേഹത്തുടിപ്പുള്ള പുഞ്ചിരി പകർന്നുകിട്ടിയ തേജസ്വിനി ബാലയുടെ മുഖം ഹൃദയത്തെ മുറിക്കുന്നു. എന്റെ ഓരോ പകലും രാത്രിയും ഇങ്ങനെ ഏറെ സങ്കടകരമായി എരിഞ്ഞ് തീരുകയാണ്. അവന്റെ ചിരിയും ലാളിത്യവും നാണവും അവന് മാത്രം സ്വന്തമായ ചില മാനറിസങ്ങളും ഇനി അടുത്ത് നിന്നോ അകലെ നിന്നോ കാണാൻ കഴിയില്ലെന്ന് പലതവണ മനസ്സിനെ പറഞ്ഞു പഠിപ്പിച്ച ശേഷമാണ് 2018 ഒക്ടോബർ 7 ഞായറാഴ്ച വൈകുന്നേരം പൂജപ്പുര സരസ്വതിമണ്ഡപത്തിൽനിന്ന് മാനവീയംവീഥിയിലേക്ക് പോയത്.

ബാലുവിനെ അനുസ്മരിക്കാൻ കൂട്ടുകാരും ചലച്ചിത്രഅക്കാദമിയും മാനവീയംവീഥിയിൽ വേദികളൊരുക്കിയിരുന്നു. അവനെ അനുസ്മരിക്കാനാണോ അവന്റെ സംഗീതം ആസ്വദിക്കാനാണോ എത്തിയതെന്ന് അറിയാതെ ശരിക്കും എന്റെ താളം തെറ്റിയിരുന്നു. ആരോടും മത്സരിക്കാനില്ലെന്ന് പലതവണ ആവർത്തിക്കുകയും സ്വന്തം വഴിയേ സഞ്ചരിച്ച് ലോകത്തെങ്ങും ആസ്വാദകരെ സ്വന്തമാക്കുകയും ചെയ്ത ബാലുവിനെ മത്സരബുദ്ധിയോടെ ചിലർ അനുസ്മരിക്കുന്നതുകണ്ട് നെഞ്ച് ഇടറി.

സ്വയം കൂട്ടം സൃഷ്ടിച്ച ബാലുവിനെ അടയാളപ്പെടുത്താൻ അത്ര എളുപ്പമല്ലെന്ന് അവനെ അടുത്തറിയുന്നവർക്ക് നന്നായി അറിയാം. അത്രയ്ക്കുണ്ട് സുഹൃത്തുക്കളുടെയും അഭ്യുദയകാംക്ഷികളുടെയും അനുഭവങ്ങളും ഓർമ്മകളും.

ഒരിക്കൽ കണ്ടവർക്കുപോലും നൂറ് നാവാണ് ബാലുവിനെക്കുറിച്ച് പറയാൻ.

ബാലു, മനസ്സിൽ നീറിപ്പടരുന്ന ഒരു സന്ധ്യക്ക് യൂണിവേഴ്സിറ്റി കോളേജിൽ ഞങ്ങളുടെ ഇംഗ്ലീഷ് അദ്ധ്യാപികയായിരുന്ന ജമുനടീച്ചർ വിളിച്ചു. ബാലുവിനെക്കുറിച്ച് പറഞ്ഞ് വാക്കിടറിയ ടീച്ചർ പറഞ്ഞ അനുഭവം ഇങ്ങനെയായിരുന്നു. കോളേജ് കാലം കഴിഞ്ഞ് പത്തോ പതി നഞ്ചോ വർഷത്തിന് ശേഷം ബാലുവിനെ തിരുവനന്തപുരത്ത് മസ്കറ്റ് ഹോട്ടലിൽ വച്ച് ടീച്ചർ കണ്ടുമുട്ടി. ടീച്ചറിന് ആളെ ആദ്യം മനസ്സിലായില്ല. ബാലു ടീച്ചറിനെ പേരെടുത്ത് പറഞ്ഞ് അഭിസംബോധന ചെയ്യുകയും കാൽ തൊട്ട് നമസ്കരിക്കുകയും ചെയ്തു. എന്നിട്ട് അനുഗ്രഹം എപ്പോഴും വേണമെന്ന് ആവശ്യപ്പെടുകയും ചെയ്തു. പിന്നീട് പുഞ്ചിരി പൊഴിച്ച് നടന്നകന്നു. അനുഭവം പറഞ്ഞ് നിർത്തിയ ടീച്ചറിന്റെ കണ്ണ് നിറയുന്നത് ഫോണിനു മറുപുറത്തുള്ള എനിക്ക് അറിയാൻ കഴിഞ്ഞു. ഇതാണ് ബാലുവെന്ന ബാലഭാസ്കർ. ഇത്തരത്തിൽ എത്രയെത്ര അനുഭവങ്ങളാണ് അവനെ അറിഞ്ഞവർക്ക് പങ്കുവയ്ക്കാനുണ്ടാവുക.

അവന് വേണ്ടി എനിക്ക് ചെയ്യാൻ കഴിയുന്ന ഏറ്റവും വലിയ കാര്യം ഇടതടവില്ലാതെ ഹൃദയങ്ങളിൽനിന്ന് ഹൃദയങ്ങളിലേക്ക് ഒഴുകി നിറഞ്ഞ ബാലുവിനെ അക്ഷരങ്ങളിലേക്കും വാക്കുകളിലേക്കും പകർത്തിയെ ഴുതുക മാത്രമാണ്. ആ തിരിച്ചറിവിൽനിന്നാണ് *സ്നേഹിതനേ* എന്ന പുസ്തകം രൂപപ്പെടുന്നത്. ചെറുതും വലുതുമായ നിരവധി കാര്യങ്ങളുണ്ട് പറയാൻ. അവനുമായി സംസാരിക്കുമ്പോഴും കലഹിക്കുമ്പോഴും ആദ്യ കാലത്ത് ഞാൻ പലപ്പോഴും പറയുമായിരുന്നു, അവനേക്കാൾ മൂന്ന് ദിവസത്തെ മൂപ്പ് എനിക്കാണെന്ന്. അവൻ 1978 ജൂലൈ 10 ന് ശാസ്ത മംഗലം ശ്രീരാമകൃഷ്ണ ആശുപത്രിയിലും ഞാൻ അതേ വർഷം ജൂലൈ 7 ന് തൈക്കാട് ആശുപത്രിയിലുമാണ് ജനിച്ചത്. ഈ ദിവസക്കണക്ക് പറഞ്ഞുള്ള മുതലെടുപ്പ് കൂടുതൽ കാലം നീണ്ടു നിന്നില്ല. കാരണം, അവന്റെ അറിവുകളുടെ നാലിലൊരംശംപോലും എനിക്കുണ്ടായിരുന്നി ല്ലെന്ന എന്റെ തിരിച്ചറിവ് തന്നെയാണ് അതിന് കാരണം.

സംഗീതം, സാഹിത്യം, ഭാഷാശുദ്ധി, ഉച്ചാരണ മികവ്, വാക്കുകളുടെ ഒഴുക്ക്, പാടാനുള്ള സിദ്ധി, വയലിനിൽ തീർക്കുന്ന മാന്ത്രികത കൂടാതെ കാണാനും നല്ല ഭംഗി. ചന്തമുള്ള ചിരി, പെരുമാറ്റത്തിലെ ലാളിത്യവും വിനയവുംകൊണ്ട് ഏത് ഗോലിയാത്തിനെയും അവൻ നിഷ്പ്രയാസം മലർത്തിയടിക്കും. അവനൊപ്പം കൂടിയതോടെ നന്നായി സംസാരിക്കാൻ ഞാൻ നിർബ്ബന്ധിതനായി. വായിക്കാനും പഠിക്കാനുമുള്ള ആവേശം നൂറിരട്ടി വർദ്ധിച്ചു. അങ്ങനെ ലോകകാര്യങ്ങളിലും സാഹിത്യത്തിലും അവനൊപ്പം എത്തിയെന്ന് ഉറപ്പാക്കിയ ശേഷം ഞാൻ പറയുന്നത് അവനും ശ്രദ്ധിക്കാൻ തുടങ്ങി. പലപ്പോഴും അഭിപ്രായം തേടി. വാർത്തകളിലെ ശരിയറിയാൻ വിളിച്ചു. പാട്ടെഴുതാൻ വിളിച്ചു, മകളെ ക്കുറിച്ച് പറയാൻ വിളിച്ചു. പുതിയ പ്രോജക്ടുകളെക്കുറിച്ച് പറയാൻ ഒത്തുകൂടി.

തീരുമാനം എന്തും വേഗത്തിലെടുക്കും, ചിലപ്പോഴൊക്കെ മിനിമം

അമ്പതുപേരുടെ അഭിപ്രായം തേടും, എന്നിട്ട് നഷ്ടം സ്വയം സഹിക്കും. മിക്കവാറും സാമ്പത്തിക നഷ്ടമാകും സംഭവിക്കുക. ആരെയും കണ്ണടച്ച് വിശ്വസിക്കും.

ഇഷ്ടത്തിന് എതിര് നിന്നാൽ കുറച്ച് ദിവസം മിണ്ടാതിരിക്കും, പിന്നെ വിളിച്ച് മിണ്ടും, അന്ന് നീ പറഞ്ഞത് ശരിയായിരുന്നുവെന്ന് പറയും, പക്ഷേ, അച്ഛനെപ്പോലെ പെരുമാററുതെന്ന് പറഞ്ഞ് വീണ്ടും ദേഷ്യം കാണിക്കും. ഇഷ്ടമുള്ളവരിൽ അവൻ കലഹിക്കാത്തവരായി ആരും ഉണ്ടാകില്ല. ചിലർ അവനെ പഴിക്കും. ചിലർ വഴി പിരിയും. എത്രയോ തവണ അവനുമായി ഇണങ്ങിയും പിണങ്ങിയുമാണ് ഞങ്ങളുടെ സൗഹൃദം സ്നേഹവൃക്ഷമായത്.

ഞങ്ങൾ കുട്ടികളായിരുന്നു

തിരുവല്ലയിൽനിന്ന് തിരുവനന്തപുരത്തേക്ക് പറിച്ചു നട്ട പ്രശസ്ത സംഗീതകുടുംബത്തിലെ (മതിൽഭാഗം മുഞ്ഞനാട്ട് വടക്കേതിൽ) ഇളമുറക്കാരനാണ് നമ്മളറിയുന്ന ബാലഭാസ്കർ. ഭാസ്കരപ്പണിക്കരെന്ന സംഗീത അദ്ധ്യാപകന്റെ കൊച്ചുമകൻ. (ശ്രീ പത്മനാഭ സ്വാമിക്ഷേത്രത്തിലെ ഒന്നാം നാദസ്വര വിദ്വാനായിരുന്നു അദ്ദേഹം) ഭാസ്കരപ്പണിക്കരെന്ന മഹാപ്രതിഭ അമ്പത്തിരണ്ടാം വയസ്സിലാണ് മരിച്ചത്. ആ മരണം കുടുംബത്തെ ആകെ ഉലച്ചിരുന്നു.ആ സങ്കടക്കടൽ കടക്കാൻ കുടുംബത്തിലെ എല്ലാ വ്യക്തികളും പ്രയാസപ്പെട്ടിരിക്കുന്ന നേരത്താണ് ബാലുവിന്റെ ജനനം. (1978 ജൂലൈ 10). മുത്തച്ഛന്റെ മുഖച്ഛായയുള്ള കുട്ടിക്ക് വീട്ടുകാർ ബാലഭാസ്കർ (കൊച്ച് ഭാസ്കർ)എന്ന് പേരിട്ടത് മുത്തച്ഛനോടുള്ള ഇഷ്ടക്കൂടുതൽ കൊണ്ട് മാത്രമല്ല, മുത്തച്ഛൻ സ്വപ്നം കണ്ടിരുന്ന സംഗീതരംഗത്തെ വിജയം കൊച്ചുമകനിലൂടെ സാദ്ധ്യമാകുമെന്ന് കുടുംബത്തിലെ എല്ലാ അംഗങ്ങളും വിശ്വസിക്കുകയും പ്രതീക്ഷിക്കുകയും ചെയ്തിരുന്നു.

ഒരു വ്യാഴവട്ടക്കാലം സൈന്യത്തിൽ സേവനം അനുഷ്ഠിച്ച ബാലുവിന്റെ അച്ഛൻ (സി കെ ഉണ്ണി/ചന്ദ്രൻ) പാലക്കാട് സ്വദേശിയാണ്. പഠനകാലത്ത് അന്നത്തെ എസ് എഫ് ഐ പ്രവർത്തകനായിരുന്നു അദ്ദേഹം. സൈനിക സേവനം ഉപേക്ഷിച്ച ശേഷമാണ് അദ്ദേഹം പോസ്റ്റൽ ഡിപ്പാർട്ട്മെന്റിലെത്തുന്നത്. അമ്മ സംഗീതകോളേജിലെ സംസ്കൃത അദ്ധ്യാപികയായ ശാന്തകുമാരി ടീച്ചർ. ബാലുവിന് ഒരു മൂത്ത സഹോദരിയുണ്ട്. കുട്ടിക്കാലം മുതൽ ഓരോരോ രോഗങ്ങളുമായി വേദനിക്കുന്ന മീര ചേച്ചി. കുട്ടിക്കാലത്ത് മാത്രമല്ല മുതിർന്നപ്പോഴും കൂടുതൽ നേരവും ബാലു മുത്തച്ഛന്റെ വീട്ടിലായിരുന്നു. അമ്മയുടെ

സഹോദരനും ആകാശവാണിയിലെ വയലിൻ ആർട്ടിസ്റ്റുമായിരുന്ന ബി ശശികുമാറായിരുന്നു ബാലുവിന്റെ കൺകണ്ട ദൈവം. അതുകഴിഞ്ഞേ ഉള്ളൂ മറ്റ് ദൈവങ്ങളും ബന്ധുക്കളും.

ബി ശശികുമാറിൽനിന്ന് മൂന്നാം വയസ്സിൽ വയലിൻ പഠിക്കാൻ തുടങ്ങിയ ബാലു സ്കൂളിൽ പഠിക്കുന്ന കാലത്ത് തന്നെ നിരവധി മത്സരങ്ങളിൽ വിജയിച്ചിരുന്നു. കർണാട്ടിക് സംഗീതത്തിലും അമ്മാവൻ പകർന്ന് നല്കിയ പാഠങ്ങളായിരുന്നു ബാലുവിന്റെ കരുത്ത്. (പില്ക്കാലത്ത് വിധു പ്രതാപിനെ പോലുള്ള ഗായകരെ ശശികുമാർ സാറിന്റെ ശിഷ്യനാക്കിയതും ബാലുവായിരുന്നു) കുട്ടിയായിരിക്കെ പാട്ടിലും തന്ത്രിവാദ്യത്തിലും അഭിനയത്തിലും ബാലു മികവ് തെളിയിച്ചു.ബാലുവിനെ നിഴലുപോലെ എല്ലായിടത്തും അച്ഛൻ അനുഗമിക്കും.(കൺഫ്യൂഷനിലെ പാട്ടുകളൊക്കെ റിക്കോർഡ് ചെയ്യുന്ന കാലത്തുപോലും അച്ഛൻ ബാലുവിന് ഭക്ഷണവുമായി സ്റ്റുഡിയോയിൽ എത്തുന്നത് ഇന്നലത്തെ പോലെ ഞാൻ ഓർക്കുന്നു.)

ബാലുവിന്റെ അമ്മയുടെ ഇളയ സഹോദരിയും കുടുംബവും എന്റെ അയൽക്കാരാണ്. അങ്ങനെയാണ് ബാലുവിനെ കുട്ടിക്കാലം തൊട്ട് ഞാൻ കാണാൻ തുടങ്ങിയത്.ഞങ്ങളുടെ ഇടവക പള്ളിയിലെ സ്കൂളിൽ ബാലു വയലിൻ വായിക്കാൻ വന്നിട്ടുണ്ട്. അന്ന് ഏറെ കൗതുകത്തോടെ ഞാൻ കേട്ടിരുന്ന ബാലു എന്റെ കൂട്ടുകാരനാകുമെന്നോ അവനുവേണ്ടി ഞാൻ നിറയെ പാട്ടുകളെഴുതുമെന്നോ സ്വപ്നത്തിൽ പോലും വിചാരിച്ചിരുന്നില്ല.

1994 ൽ പത്താം ക്ലാസിൽ ശരാശരി മാർക്ക് വാങ്ങി കമ്യൂണിറ്റി ക്വാട്ടയിലാണ് ഞാൻ മാർ ഇവാനിയോസിൽ പ്രീഡിഗ്രി മൂന്നാം ഗ്രൂപ്പിലെത്തുന്നത്. ജീവിതത്തിൽ എന്തെങ്കിലും ആകണം എന്ന മോഹം മാത്രമാണ് കൈമുതൽ. ഇനിയെങ്കിലും നന്നായി പഠിക്കണമെന്ന കലശലായ ആഗ്രഹം തലയ്ക്ക് പിടിച്ചിരുന്നു. തൊണ്ണൂറിലധികം കുട്ടികളുള്ള ക്ലാസിൽ മുൻ ബഞ്ചിൽ ഇടം പിടിച്ചു. ആദ്യ ക്ലാസിൽ ഉമ്മച്ചൻ സാറെത്തിയതിനുശേഷമാണ് ബാലഭാസ്കറെന്ന ബാലു എത്തിയത്. അവൻ എന്റെ അടുത്താണ് വന്നിരുന്നത്.

അവൻ അടുത്ത് വന്നിരുന്നതിൽ തെല്ല് മതിപ്പും അഹങ്കാരവുമൊക്കെ തോന്നി. മുമ്പ് കണ്ടിട്ടുണ്ടെങ്കിലും ബാലുവിനെ പരിചയപ്പെടുന്നത് അപ്പോഴായിരുന്നു. പരസ്പരം പേരും ഊരുമൊക്കെ പറഞ്ഞു. തമലത്തുകാരനാണെന്ന് പറഞ്ഞതോടെ ബാലുവിന് എന്നോട് ഒരു ബന്ധുത്വം തോന്നിയിരിക്കണം. അവൻ കൈ തന്നു. ഇതായിരുന്നു കാൽനൂറ്റാണ്ട് കാലത്തെ ആത്മസൗഹൃദത്തിന്റെ തുടക്കം.

എട്ടാംക്ലാസിൽ എഴുതിയ ക്രിസ്തുമസ് ഗാനങ്ങളും പത്താം ക്ലാസിൽ പുറത്തിറങ്ങിയ *പിറവി*യെന്ന കവിതാപുസ്തകവും കമലാലയത്തിലെ മഹേഷിലൂടെ പരിചയപ്പെട്ട കടമ്മനിട്ടക്കവിതയുമൊഴികെ സാഹിത്യത്തിലോ സംഗീതത്തിലോ എനിക്ക് ഒരു ചുക്കും ചുണ്ണാമ്പും ആ കാലത്ത് അറിയില്ല. ഇംഗ്ലീഷാണെങ്കിൽ നമ്മളിതുവരെ പഠിച്ചപോലെയല്ല പഠിക്കേണ്ടതും എഴുതേണ്ടതും. അക്കൊല്ലം ക്രിസ്മസ് പരീക്ഷയ്ക്ക് ഇംഗ്ലീഷിന് എനിക്ക് കിട്ടിയത് നൂറിൽ ഒമ്പതുമാർക്കായിരുന്നു.

ടീന ടീച്ചർ പെൺകുട്ടികളും ആൺകുട്ടികളും കേൾക്കുമാറുച്ചത്തിൽ എന്നെ ബഫൂണെന്ന് വിളിച്ച് അധിക്ഷേപിച്ചു. ഇതൊക്കെ കേട്ട് നാണം കെട്ടിരിക്കുമ്പോഴാണ് ബാലു വക ഉപദേശം "പോകാൻ പറയെടാ.. നിനക്ക് ഇംഗ്ലീഷ് ഞാൻ പഠിപ്പിച്ചുതരാം." ബാലുവും നരേന്ദ്രനും ഡി തോമസ് സാറിന്റെ മകൻ സിസിൽ ഡി തോമസും എന്നെ ഇംഗ്ലീഷ് പഠിപ്പിക്കാൻ തുടങ്ങി. ഗൈഡ് നോക്കി കാണാതെ പഠിക്കുകയെന്നാണ് മൂവരുടെയും ഉപദേശം. അത് അക്ഷരം പ്രതി ഞാൻ അനുസരിക്കുകയും ചെയ്തു.

ഈ കൂട്ടുകാരിൽ ബാലു മാത്രമാണ് എന്റെ ക്ലാസിൽ പഠിക്കുന്നത്. അതുകൊണ്ടുതന്നെ ബാലു പറഞ്ഞു തരുന്ന ഇംഗ്ലീഷിന് പകരം അവന് ഞാൻ ഇന്ത്യാചരിത്രവും ലോകചരിത്രവും എന്തിന് ഇക്കണോമിക്സും പഠിപ്പിച്ചു കൊടുക്കണം. കാരണം അവന് അന്നേ പല തിരക്കുകളുണ്ടായിരുന്നു. അതുകൊണ്ട് എല്ലാ ക്ലാസുകളിലും എത്താൻ കഴിഞ്ഞിരുന്നില്ല. വെങ്ങാനൂരിൽനിന്നുള്ള രഞ്ജിതും ദീപുവും അവന് നോട്ട് നല്കുന്നതിനും മറ്റുമൊക്കെ സഹായിച്ചിരുന്നു. ക്ലാസിൽ നഷ്ടമാകുന്ന പാഠഭാഗം പഠിക്കുക, അതിനാണ് അവൻ തമലത്തുള്ള ഞങ്ങളുടെ കൊച്ചുവീട്ടിൽ നിത്യസന്ദർശകനായത്. മിക്കവാറും എല്ലാ വൈകുന്നേരങ്ങളിലും അവനെ അച്ഛൻ എന്റെ വീട്ടിലെത്തിക്കും, രാത്രി ഏറെ വൈകി

തിരികെ വിളിച്ചുകൊണ്ടുപോകും.

അക്കാലത്ത് ഇടവക പള്ളിയിലെ വികാരി ആയിരുന്ന ഡോ. കുര്യൻ വാലുപറമ്പിലിനൊപ്പമായിരുന്നു എന്റെ രാത്രി താമസം. അങ്ങനെ ചില ദിവസങ്ങളിൽ ബാലുവും പള്ളിയിൽ അച്ചനൊപ്പം കൂടി. തമലത്തെ എന്റെ ഉറ്റമിത്രങ്ങളായ ഉണ്ണിയും മഹേഷും ചക്ക ഉണ്ണിയും ഷാജിയും അയ്യപ്പനും റിജുവും സതീഷ് ചേട്ടനും എന്റെ ചേട്ടൻ ബിനുവുമൊക്കെ ബാലുവിന്റെയും കൂട്ടുകാരും ചേട്ടന്മാരുമൊക്കെയായി. അമ്പലപ്പറമ്പിലും പള്ളിവളപ്പിലും ഞങ്ങളൊത്തുകൂടി സംസാരിച്ചിരുന്നു, ലോകകാര്യങ്ങളും പഠനകാര്യങ്ങളും രാഷ്ട്രീയവും കവിതയും പാട്ടുമൊക്കെ സംഭാഷണ വിഷയങ്ങളായിരുന്നു.

ഉണ്ണിയുടെ വീട്ടുമുറ്റത്ത് പേപ്പർ പന്തുപയോഗിച്ച് ക്രിക്കറ്റ് കളിച്ചു. വിക്കറ്റുപോകുമ്പോ ചിലപ്പോഴൊക്കെ അവൻ പിണങ്ങി, സിക്സ് പാറിക്കുമ്പോ ആർത്തു ചിരിച്ചു. സീലിങ് ഫാനോ നല്ല കസേരകളോ ഇല്ലാതിരുന്ന എന്റെ വീട്ടിലെ വെറും നിലത്തിരുന്ന്,എന്റെ അമ്മ (ആർ ഭാമിനി) നല്കിയ കട്ടൻ ചായയും പക്കാവടയും കഴിച്ച് ചരിത്രം പഠിച്ചു. പാട്ടിനെക്കുറിച്ചും ലക്ഷ്യങ്ങളെക്കുറിച്ചും അമ്മാവൻ ബി ശശികുമാറിനെക്കുറിച്ചും ചേച്ചി മീരയെക്കുറിച്ചും വാചാലനായി. അമ്മ (ശാന്ത ടീച്ചർ) പകർന്നു കൊടുത്ത എളിമ, വിനയം, ഭാഷാശുദ്ധി ഇതൊക്കെ എനിക്ക് പകർന്നു നല്കാൻ ശ്രമിച്ചു.

കോളേജ് ക്ലാസ് കഴിഞ്ഞ് നാലാഞ്ചിറ മുതൽ ജഗതിയിലെ അമ്മാവന്റെ വീടുവരെ അവനും ഞാനും ഒരുമിച്ച് നടന്നു. അങ്ങനെ എത്രയെത്ര ദിവസം. ഒരുമിച്ച് നടക്കുമ്പോഴും വായ് നോക്കുമ്പോഴും പഠന കാര്യങ്ങളും സംഗീതവും പറയും. *മംഗല്യപല്ല*ക്കെന്ന ആദ്യ സിനിമയെക്കുറിച്ച് പറയും. അതിലെ പാട്ടിങ്ങനെയാണെന്ന് പറയും. അത് യേശുദാസ് പാടിയപ്പോഴുണ്ടായ അക്ഷരപ്പിഴവിനെക്കുറിച്ച് പറയും. കുന്നുകുഴിയിലെ വീട്ടിൽ കൂട്ടിക്കൊണ്ടു പോയി പാട്ട് കേൾപ്പിച്ച് തരും. അങ്ങനെ അവന്റെ പാട്ട് രീതി ഞാൻ പഠിച്ചു. ഏത് അർദ്ധരാത്രി അവൻ വിളിച്ച് രാഗം മൂളിത്തന്നാലും പാട്ടെഴുതാൻ പറ്റുമെന്ന കണ്ടീഷനിലേക്ക് എന്റെ താളബോധം വളർന്നത് പ്രീഡിഗ്രി കാലത്തെ ഈ ഒത്തു നടപ്പിലൂടെയാണ്. ഈസ്റ്റ് കോസ്റ്റിലെ അജിത്തേട്ടൻ കിലുക്കം 1997 ഷോയുടെ പാട്ട് ചെയ്യാൻ ബാലുവിനെ വിളിക്കുന്നത് ഈ കാലത്താണ്. അത് അക്കാലത്ത് ഗംഭീരവർക്കായിരുന്നു. അതിലൂടെയാണ് ഈസ്റ്റ് കോസ്റ്റ് വിജയൻ സാറെഴുതി ബാലു സംഗീതം ചെയ്ത *നിനക്കായ്, ആദ്യമായ്* എന്നീ മ്യൂസിക് ആൽബങ്ങളെത്തുന്നത്. ഇക്കാലയളവിൽ കലോത്സവങ്ങളിൽ നിരവധി സമ്മാനങ്ങളും അവൻ വാരിക്കൂട്ടി. ഇങ്ങനെയൊക്കെ പ്രീഡിഗ്രി കാലം കടന്നു പോയി.

പരീക്ഷ കഴിഞ്ഞ്, ഏതാണ്ട് തോല്വി ഉറപ്പിച്ച് പഠനം നിർത്തി ഞാൻ തിരുവനന്തപുരം എസ് എസ് കോവിൽ റോഡിലുള്ള ചന്ദ്ര ബുക്സ്റ്റാളിൽ ജോലിക്ക് പോയിത്തുടങ്ങി. അവിടെയും അവൻ വരും, പരസ്പരം

സംസാരിക്കും. സിനിമയ്ക്ക് സംഗീതം ചെയ്ത ബാലുവെന്ന അതിപ്രശസ്തനായ കൗമാരക്കാരനാണ് ബുക്ക് ഡിപ്പോയിലെ ജോലിക്കാരനെ കാണാനെത്തുന്നത്. അങ്ങനെ ഒരു വൈകുന്നേരം നരേന്ദ്രനെയും കൂട്ടിയാണ് ബാലു ചന്ദ്ര ബുക്ക് ഡിപ്പോയിലെത്തിയത്. ഇരുവരും സന്തോഷത്തിലായിരുന്നു. രണ്ടുപേരുടെയും റിസൾട്ട് അറിഞ്ഞു. പ്രീ ഡിഗ്രിക്ക് രണ്ടുപേർക്കും സെക്കന്റ് ക്ലാസുണ്ട്. എന്റെ രജിസ്റ്റർ നമ്പർ അറിയാത്തതുകൊണ്ട് ബാലുവിന്റെ അച്ഛന് എന്റെ റിസൾട്ട് നോക്കാൻ കഴിഞ്ഞിരുന്നില്ലെന്ന് അവർ പറഞ്ഞു. ബാലുവിന് സെക്കന്റ് ക്ലാസാണങ്കിൽ ഞാൻ തോറ്റതു തന്നെ എന്ന് കരുതിയാണ് പിറ്റേദിവസം രാവിലെ ട്യൂഷൻ പഠിപ്പിക്കാൻ പോയത്. എന്റെ വിദ്യാർത്ഥി സഞ്ചുവിന്റെ വീട്ടിലെ *മാതൃഭൂമി* പത്രത്തിൽനിന്നാണ് ഞാൻ റിസൾട്ട് അറിഞ്ഞത്, എനിക്ക് ഫസ്റ്റ് ക്ലാസ്, അന്ന് മൊബൈൽ ഫോണൊന്നുമില്ല. പഠിപ്പിച്ചിറങ്ങി, തൊട്ടടുത്ത് പ്രവീൺ ചേട്ടന്റെ ടെലിഫോൺ ബൂത്തിൽനിന്ന് ബാലുവിനെ വിളിച്ചു റിസൾട്ട് പറഞ്ഞു. അന്ന് രണ്ടാളും തീരുമാനിച്ചു, ഇനിയുള്ള പഠനം ഹിസ് ഹൈനസ് മഹാരാജാസ് യൂണിവേഴ്സിറ്റി കോളേജിൽ, ആ ചുവപ്പു കോട്ട ഞങ്ങളിരുവരെയും അത്രമേൽ ആകർഷിച്ചിരുന്നു. പലപ്പോഴും യൂണിവേഴ്സിറ്റി കോളേജ് ഞങ്ങളുടെ സ്വപ്നങ്ങളിലും സംഭാഷണങ്ങളിലും നിറഞ്ഞിരുന്നു.

കലാലയ മുത്തശ്ശിയുടെ മടിയിൽ

ആയിരത്തിത്തൊള്ളായിരത്തി തൊണ്ണൂറ്റാറിൽ നീണ്ട കാത്തിരിപ്പിനൊടുവിൽ ഒക്ടോബർ മാസത്തിലാണ് യൂണിവേഴ്സിറ്റി കോളേജിൽ ക്ലാസ് തുടങ്ങിയത്. കാര്യവട്ടത്തുനിന്ന് പാളയത്തേക്ക് പറിച്ചു നട്ട കോളേജിലെ ആദ്യ ബാച്ചിലെ വിദ്യാർത്ഥികളായിരുന്നു ഞങ്ങളിരുവരും, അവൻ സംസ്കൃതത്തിനും ഞാൻ മലയാളത്തിനുമാണ് ചേർന്നത്. പിന്നീടങ്ങോട്ട് ബാലുവിന്റെ പടയോട്ടമായിരുന്നു.

കോളേജിൽ ഞങ്ങളെ വരവേറ്റത് എസ് പി സന്തോഷെന്ന അമ്പിളി അണ്ണൻ, ഡി സുനിൽ, കുമാരൻ, എസ് എസ് മനോജ്, തെറ്റാടി ഉദയൻ, എം ബഷീർ, സാബു തോമസ്, നൗഷാദ്, വി എസ് ശ്യാം ലാൽ, ശശി ശേഖർ പ്രമോദ്, ജാസി ഗിഫ്ട്, അബു ഹുസൈൻ, ബ്രിഡ്സൻ ജോൺ, വിനോദ് സെൻ, പ്രമോദ് തുടങ്ങിയ സീനിയർ വിദ്യാർത്ഥികളായിരുന്നു. ലൈബ്രറിവളപ്പിലെ കൊന്നമരച്ചുവട്ടിൽ ട്രിവാൻഡ്രം മൈമേഴ്സിലെ ശ്രീകുമാർ ചേട്ടനും അവരുടെ ബാച്ചിലെ കൂട്ടുകാരും ഉണ്ടാകും. അവരെയൊക്കെ ബാലുവിന് നേരത്തെ പരിചയമുണ്ടായിരുന്നു. അഭിരാം കൃഷ്ണൻ, മുസാഫിർ, പപ്പൻ, പ്രവീൺ, സന്തോഷ് സൗപർണ്ണിക, ജൂനിയറായി വന്ന ജയമോഹൻ എന്നിവരെയൊക്കെ ഞാൻ പരിചയപ്പെട്ടത് ബാലുവിലൂടെയായിരുന്നു.

ഇങ്ങനെ നീണ്ട സീനിയർ ജൂനിയർ സ്നേഹിതരിലൂടെ കലാലയ മുത്തശ്ശി ഞങ്ങളെ വാരിക്കോരി സ്നേഹിച്ചു, വാത്സല്യത്തോടെ പെരുമാറി, വഴികാട്ടി. പുരോഗമനപരമായ എല്ലാ കാര്യങ്ങളിലും പിന്തുണ തന്നു. ഒപ്പം നിന്നു. കോളേജിലെ ആദ്യ വർഷം വി പി ഉണ്ണികൃഷ്ണൻ, സാബുമോൻ, ഷറഫ്, സുനിൽ (വെടി), ജയദേവൻ, ശേഖർ ലൂക്കോസ്, മാധവൻ, ഹാപ്പി വിജയൻ, പ്രവീൺ ഡാനി, ഗ്രാമീണൻ ഗിരീഷ്, ഉമേഷ്

മുരളി, ലിബിൻ, ബാലുവിന്റെ ക്ലാസിലെ തുളസി, അങ്ങനെ നീണ്ടു കൂട്ടുകാരും കൂട്ടുകാരികളും. രണ്ടാം വർഷം ഞങ്ങളുടെ ജൂനിയറായി ബിജു മുരളീധരനും പിന്നീട് ഐ പി ബിനു, എ എ റഹീം, ഷമീർ, ശങ്കർലാൽ, കൊച്ചുമനോജ്, മൈക്ക് പ്രശാന്ത്, സൂര്യ, സജ്ന. ഉമ, അന്ന പൂർണ്ണ എന്നിവരൊക്കെയെത്തി. സജ്നയുമായി ബാലു വഴക്കടിക്കാത്ത ദിവസം കുറവായിരുന്നു. (2017 ൽ കോളേജ് യൂണിയൻ സംഘടിപ്പിച്ച സാംസ്കാരിക പരിപാടി ഉദ്ഘാടനം ചെയ്യാനെത്തിയ ബാലു അവിടെ അദ്ധ്യാപികയായ സജ്നയുമായി വഴക്കിട്ടതിനും ഞാൻ സാക്ഷിയായി). വെവ്വേറെ ഡിപ്പാർട്ടുമെന്റുകളിലായി ഓരോരോ പുലികളെത്തി. അവ രൊയൊക്കെ കണ്ടെത്തി ഒരു കുടക്കീഴിലാക്കാൻ വീണ്ടും വർഷമെടുത്തു.

അദ്ധ്യാപകരുടെ സ്നേഹവും കരുതലും ഞങ്ങൾ രണ്ടാളും നല്ലപോലെ ആസ്വദിച്ച പഠന കാലം കൂടിയായിരുന്നു യൂണിവേഴ്സിറ്റി കോളേജിലേത്. മലയാളവിഭാഗത്തിലെ തോന്നയ്ക്കൽ വാസുദേവൻ സാറും അലിയാർ സാറും അംബിക ടീച്ചറും വിജയകുമാരി ടീച്ചറും സംസ്കൃതത്തിൽ മാധവൻപിള്ള സാറും സോമൻ സാറും ശങ്കരൻ സാറും ശൈലജ ടീച്ചറും. ഉമ ടീച്ചറും ഹിന്ദിയിൽ സുകുമാരൻ സാറും പേരറിയാത്ത മറ്റ് ചില അദ്ധ്യാപകരും അദ്ധ്യാപികമാരും ഇംഗ്ലീഷിൽ തങ്കമ്മാൾ ടീച്ചറും മുരളി സാറും ഉഷ ടീച്ചറും പല ഘട്ടങ്ങളിലായി എന്റെയും ബാലുവിന്റെയും ജീവിതത്തിൽ നിർണ്ണായകമായ മാറ്റങ്ങൾ വരുത്തിയിരുന്നു.

ബി എ രണ്ടാം വർഷം മലയാളത്തിന് എനിക്ക് നല്ല മാർക്ക് ലഭിച്ചെന്നറിഞ്ഞ് സംസ്കൃതത്തിലെ സോമൻ സാർ എനിക്കൊരു *ഭഗവദ്ഗീത*യും പാർക്കർ പേനയും സമ്മാനമായി തന്നു. ഇതറിഞ്ഞ് ബാലു സോമൻ സാറിനെ വട്ടം ചുറ്റിപ്പിടിച്ച് അതേ സമ്മാനങ്ങൾ സാറിൽ നിന്നും വാങ്ങിയിരുന്നു.(ഞങ്ങൾ രണ്ടാൾക്കും സോമൻ സാർ സമ്മാനം കരുതിയിരുന്നു. അവൻ സംസ്കൃതം വിദ്യാർത്ഥി ആയിരുന്നതുകൊണ്ട് അവനെ ഒന്ന് വട്ടം ചുറ്റിക്കാനാണ് ആദ്യം എനിക്ക് സമ്മാനം തന്നത്, അവൻ തന്നെയായിരുന്നു എക്കാലത്തും അദ്ധ്യാപകരുടെ പ്രിയപ്പെട്ട വിദ്യാർത്ഥി) യൂണിവേഴ്സിറ്റി കോളേജിലെത്തും മുമ്പുതന്നെ ബാലു സിനിമകളും മ്യൂസിക് ആൽബങ്ങളും വയലിൻ സോളോ ഷോകളും കച്ചേരികളും കൈക്കുള്ളിലൊതുക്കിയിരുന്നു. അതുകൊണ്ടുതന്നെ ആദ്യ രണ്ട് വർഷം അവൻ യൂണിവേഴ്സിറ്റി കലോത്സവങ്ങളിൽ പങ്കെടുത്തിരുന്നില്ല. ബാലുവിനെ പങ്കെടുപ്പിക്കാൻ യൂണിയൻ ഭാരവാഹികൾ ശ്രമം നടത്തിയിരുന്നു. അവരോടൊക്കെ അവൻ മത്സരത്തിൽ പങ്കെടുക്കാത്തതിനുള്ള കാരണം വിശദമാക്കിയത് ഞാനായിരുന്നു. മത്സരങ്ങളിൽ നിന്ന് മാറി നില്ക്കാനുള്ള മനക്കരുത്ത് അവൻ കാണിച്ചിരുന്നു.

രാജേഷ് മോഹനും ശങ്കർലാലുമൊക്കെ ബാലുവിനെ പങ്കെടുപ്പിക്കാൻ നന്നെ ശ്രമിച്ചിരുന്നു. മത്സരത്തിൽനിന്ന് പിന്മാറാനുള്ള കാരണം കാര്യമുള്ളതാണെന്ന് മനസ്സിലാക്കിയതോടെ യൂണിയൻ ഭാരവാഹികൾ ബാലുവിനെ ബാലുവിന്റെ വഴിക്ക് വിടുകയായിരുന്നു. 1999 - 2000 ത്തിലാണ് കേരള സർവ്വകലാശാല യൂത്ത് ഫെസ്റ്റിവലിൽ 'ഗാനമേള' മത്സര ഇനമാക്കിയത്. ഇതാണ് നമുക്ക് സംഗീതത്തിലും പാട്ടിലും ഒരുമിക്കാനുള്ള അവസരമെന്ന് ഞാനും ബാലുവും ഒരുമിച്ച് തീരുമാനിച്ചു. യൂണിയൻ റൂമിന് മുന്നിലെ മാവിൻചോട്ടിൽ വച്ചാണ് ഈ തീരുമാനമെടുത്തതെന്നാണ് ഓർമ്മ.

ഗാനമേള മത്സരയിനമായതോടെ ബാലു മത്സരിക്കാനിറങ്ങുമെന്ന് ഞാൻ യൂണിയനിലെ എല്ലാവർക്കും വാക്കുകൊടുത്തു. അക്കൊല്ലമാണ് ടീം സെറ്റായത്. ബാലഭാസ്കർ സംഗീതം ചെയ്യും. ഞാൻ പാട്ടെഴുതും. പരീക്ഷണ ഗാനമായ ഹിന്ദി, മലയാളം മിക്സിൽ രാജേഷ് തിരുമല ഹിന്ദി വരികളെഴുതും അനൂപ് ബാലുവിനൊപ്പം പാടും, ഗഞ്ചിറ, മൃദംഗം സുബ്രഹ്മണ്യം, കീ ബോർഡ് ജയൻ, ഡ്രംസ് ജസ്റ്റിൻ, ഗിറ്റാർ വർഗീസ്, വിനോദ്, ഷാജൻ കോ ഓർഡിനേറ്റ് ചെയ്യും.

എല്ലാം ശരിയായെങ്കിലും ഒരു പാട്ടുകാരൻ കൂടി വേണമെന്ന് ബാലു പറഞ്ഞു. ഒരു പാട്ടുകാരനെ വേണം. അവനാര്, ജാസി ചേട്ടനുണ്ട്, അദ്ദേഹം വെസ്റ്റേൺ സിങ്ങറാണ്, അദ്ദേഹത്തിന് മത്സരിക്കാൻ നിരവധി ഐറ്റങ്ങളുണ്ട്, അതുകൊണ്ട് അദ്ദേഹത്തെ പറ്റില്ല, പാടുന്ന പെൺകുട്ടികളുടെ കൂട്ടത്തിൽ നിഷ ഏഴാച്ചേരിയുണ്ട്. അവരൊന്നും എനർജി ലെവലിന് പറ്റില്ലെന്ന് ബാലു പറഞ്ഞു. ഇനിയാരെന്ന ചോദ്യത്തിന് മുന്നിൽ ഞങ്ങൾ തലപുകച്ച് നില്ക്കുമ്പോഴാണ് , ഫിലോസഫിയിലോ

ഇസ്ലാമിക് ഹിസ്റ്ററിയിലോ സുവോളജിയിലോ ചെണ്ട കൊട്ടുന്ന ഒരുത്ത നുണ്ടെന്ന് രാജേഷ് മോഹനും ഷറഫും ബാലുവിനോടും എന്നോടും പറഞ്ഞത്.അവനെ പരീക്ഷിക്കാമെന്ന് ബാലു പറഞ്ഞു. അങ്ങനെ അവനെ തേടി ഞാനും ഷറഫും ഷാജനുമാണ് അവന്റെ ക്ലാസിലെ ത്തിയത്. പെൺകുട്ടികളുടെ നടുവിലിരുന്ന് ശ്രുതി മധുരമായി പാടുന്ന ഷാൻമോനെ (ഇഷാൻ ദേവ്) അന്ന് ആദ്യമായാണ് ഞാൻ കാണുന്നത്.

പി എസ് എസി പരീക്ഷയെഴുതി സർക്കാർ ജോലി സ്വപ്നം കണ്ട് ക്യാമ്പസിലെത്തിയ അവനെ ഞങ്ങൾ കൈയോടെ പൊക്കി, കോളേജിലെ റിഹേഴ്സൽ ക്യാമ്പായ സെന്റിനറി ഹാളിലെത്തിച്ചു. പല്ലവിയും അനു പല്ലവിയും പൂർത്തിയായ 'ആരു നീ എൻ ഓമലേ 'എന്ന ഗാനം പാടി നോക്കാൻ ഷാനോട് ബാലു ആവശ്യപ്പെട്ടു. ഷാൻ പാടാൻ ശ്രമിച്ചു. ഇത്രയും ഹൈ പിച്ച് പാടൻ കഴിയില്ലെന്ന് പറഞ്ഞ് ടീമിനൊപ്പം കൂടാൻ നില്ക്കാതെ പോകാനൊരുങ്ങിയ ഷാൻ മോനെ ഞാനും ഷറഫും സാബുമോനും ചേർന്ന് നിർബ്ബന്ധിച്ചു. പോരാത്തതിന് ബാലുവിന് ഷാൻ മോന്റെ ശബ്ദം ഇഷ്ടമാവുകയും ചെയ്തിരുന്നു. ഒടുവിൽ മനസ്സില്ലാ മനസ്സോടെ ഷാനും ടീമിൽ കൂടി .ഗാനമേളയിൽ ഒന്നാം സ്ഥാനം, ഷറഫും രാജേഷ് മോഹനും ലിബിനും അലനും ആൽവിനും അർച്ചനയുമൊക്കെ ഫൈസൽ ചേട്ടന്റെ ശിക്ഷണത്തിൽ പഠിച്ച സംഘനൃത്തത്തിനും ഫസ്റ്റ്. സാബുവിന്റെ ഫാൻസി ഡ്രസിന് ബാലുവിന്റെ പശ്ചാത്തല സംഗീതം, എന്റെ പഞ്ച് ഡയലോഗ്, വി ജെ ടി ഹാളിൽ നിറഞ്ഞ കൈയടി, ഒന്നാം സ്ഥാനം. (റോഡ് ആക്സിഡന്റാണ് സാബു അന്ന് അവതരിപ്പിച്ചത്.) വേദി കളെല്ലാം യൂണിവേഴ്സിറ്റി കോളേജിലെ പ്രതിഭകളെക്കൊണ്ട് നിറഞ്ഞു.

ബാലു ചിട്ടപ്പെടുത്തി ടീമിലെ മറ്റുള്ളവരെ പഠിപ്പിച്ച സൂര്യ സംഗീതം വൃന്ദവാദ്യ വേദിയിൽ അവതരിപ്പിക്കുമ്പോൾത്തന്നെ സമ്മാനം ഉറപ്പാ യിരുന്നു. ചുരുക്കത്തിൽ യൂണിവേഴ്സിറ്റി കോളേജായിരുന്നു അക്കൊല്ലം വിജയക്കൊടി പാറിച്ചത്. അമ്പിളി അരവിന്ദൻ ട്രോഫി ഞങ്ങൾ സ്വന്ത മാക്കി. ബാലുവിന് വ്യക്തിഗത സമ്മാനങ്ങളും നിരവധി ലഭിച്ചു.

സർവ്വകലാശാല മത്സരങ്ങളിൽ ഞങ്ങളുടെ എക്കാലത്തെയും ശത്രുക്കളായിരുന്ന മാർ ഇവാനിയോസ് കോളേജിൽനിന്ന് വിധു പ്രതാപും റോണി റാഫേലുമൊക്കെയാണ് മത്സരത്തിനെത്തിയത്.അവർ കൂട്ടുകാരാണെങ്കിലും മത്സരിക്കാനിറങ്ങിയാൽ സമ്മാനം സ്വന്തമാക്കുക ബാലുവിന് ഒരു ഹരമായിരുന്നു. അന്ന് മത്സരത്തിൽ പങ്കെടുത്തവരിൽ എനിക്കൊഴികെ മറ്റെല്ലാവർക്കും സമ്മാനം കിട്ടിയിരുന്നു. കവിതയ്ക്ക് തോറ്റെങ്കിലും ഞാനെഴുതിയ പാട്ടുകൾ പാടിയ കൂട്ടുകാർക്ക് സമ്മാനം ലഭിച്ചതിലുള്ള സന്തോഷം പറഞ്ഞറിയിക്കാൻ കഴിയില്ല. കൂടാതെ ആ പാട്ടുകളെല്ലാം അക്കൊല്ലം കാമ്പസുകളിൽ ഹിറ്റാവുകയും ചെയ്തിരുന്നു. വിജയം ആഘോഷിക്കാനൊത്തുകൂടിയ കൂട്ടുകാർ കോളേജിലെ കൊടിമരച്ചുവട്ടിൽ വച്ച് ബാലുവിനെയും എന്നെയും എടുത്തുയർ ത്തിയാണ് ആഹ്ലാദം പങ്കുവച്ചത്.

കോളേജിന് മുന്നിൽ പച്ചക്കറി വിത്തുകൾ വില്ക്കാനെത്തുന്ന പാച്ചിയമ്മച്ചിക്ക് (കൈയിൽ അരിവാൾ ചുറ്റിക അമ്മച്ചി പച്ചകുത്തിയിരുന്നു) പലപ്പോഴും ഞങ്ങൾ അപേക്ഷകൾ എഴുതിക്കൊടുത്തു. ചിലതൊക്കെ ശരിയായെന്ന് അമ്മച്ചി പിന്നീട് വന്ന് പറയും. ചിലപ്പോൾ അമ്മച്ചി ഞങ്ങൾക്ക് പൊതിച്ചോർ വാങ്ങി നല്കും. അമ്മച്ചിക്ക് ബാലുവും ചിലപ്പോഴൊക്കെ കാശ് കൊടുത്തിരുന്നു. പഴയ പേപ്പർ ശേഖരിച്ച് വില്ക്കാനും അദ്ധ്യാപകർക്ക് ചായ വാങ്ങിക്കൊടുക്കാനുമൊക്കെ എത്തിയിരുന്ന മറ്റൊരമ്മച്ചിയേയും ബാലു സഹായിച്ചിരുന്നു. ബാബുവണ്ണന്റെ ചായക്കടയും പ്രേമൻ ചേട്ടന്റെ ജ്യൂസുകടയുമൊക്കെയായിരുന്നു ഞങ്ങളുടെ പ്രധാന സങ്കേതങ്ങൾ . ചിലപ്പോൾ ജിയോഗ്രഫി വകുപ്പിലോ യൂണിയൻ റൂമിലോ പോയിരിക്കും.

ഞങ്ങൾ രണ്ടാളും നടക്കുമ്പോൾ കോളേജിലെ മിക്ക കുട്ടികളും ബാലുവിനോട് സംസാരിക്കാൻ എത്തിയിരുന്നു. എനിക്ക് പരിചയമില്ലാത്തവരെ അവൻ എനിക്ക് പരിചയപ്പെടുത്തിത്തരും. എനിക്ക് വിരലിലെണ്ണാവുന്നവരെ മാത്രമേ അറിയുമായിരുന്നുള്ളൂ. അവരൊക്കെ ലൈബ്രറിയിലോ ക്ലാസ് മുറികളിലോ തളച്ചിടപ്പെട്ട ഭീകര ബുദ്ധിജീവികളുമായിരുന്നു. ഉച്ചയ്ക്ക് മറ്റ് ക്ലാസുകളിൽ പെൺകുട്ടികൾ ഭക്ഷണം കഴിക്കാനിരിക്കുന്ന നേരമാണ് ഞാനും ബാലുവും ഗ്രാമീണൻ ഗിരീഷും(അന്ന് അവനെ ഒടിയൻ എന്നാണ് വിളിച്ചിരുന്നത്) പാരഡി പാട്ടുകളുമായി ക്ലാസുകളിൽ കയറി ഇറങ്ങുക. സീനിയർ കുട്ടികളുടെ ക്ലാസിൽ കയറി എന്തെല്ലാം വൃത്തികേടുകളാണ് ബോർഡിൽ എഴുതിയിട്ടതെന്നും അവരെ പ്രകോപിപ്പിക്കാൻ ബാലു പാടിയിരുന്നതെന്നും ഓർക്കാനേ വയ്യ.

സഹികെടുമ്പോൾ മലയാളത്തിലെ മഞ്ജുഷ ചേച്ചിയും ഹിന്ദിയിലെ ഒലീനയും സുജയും അശ്വതിയുമൊക്കെ ഞങ്ങളെ ഓടിക്കും. മഞ്ജുഷ ചേച്ചി സീരിയസാകുമ്പോൾ ഞങ്ങൾ സീരിയൽ വേണ്ട സിനിമ മതിയെന്ന് കളിയാക്കി വീണ്ടും അടി വാങ്ങാനുള്ള വഴി തേടും.

ചിലപ്പോൾ പുളിമൂട്ടിലുള്ള നാസിന്റെ ഓല മേഞ്ഞ തുണിക്കടയിലേക്ക് പോകും. വിലകുറഞ്ഞ ഷർട്ടുകൾ വാങ്ങാനാണ് പോക്ക്. അവൻ വാങ്ങുമ്പോ എനിക്കും വാങ്ങും. അങ്ങനെ അവൻ പലതവണ എനിക്ക് ഷർട്ട് വാങ്ങിത്തന്നിട്ടുണ്ട്. 'കൺഫ്യൂഷൻ' കൂട്ടത്തിൽ എന്തെങ്കിലും പറഞ്ഞ് തെറ്റിയാൽ 'തളത്തിൽ ദിനേശ'നെന്ന് എന്നെ വിളിച്ച് കളിയാക്കാനും അവൻ മുൻപന്തിയിലുണ്ടാകും.

മലയാളം എം എ ക്ലാസിലെ ലാലു ചേട്ടൻ തുടങ്ങിയ *ഉൽക്ക*യെന്ന ചുമർ പത്രത്തിലേക്ക് (അക്കൊല്ലമാണ് കേരളത്തിൽ ഉൽക്കകൾ വാർത്തകളിൽ നിറഞ്ഞത്) ഞങ്ങളൊരുമിച്ചിരുന്ന് പലതും എഴുതിയിട്ടുണ്ട്. കോളേജ് മാഗസിനിൽ എഴുതുന്നതാണ് രസം. എഡിറ്ററായി തെരഞ്ഞെടുക്കപ്പെട്ട് കഴിഞ്ഞാൽ യൂണിയൻ ഭാരവാഹി പലപ്പോഴും വർഷാവസാനമാകും മാഗസിൻ ഇറക്കണമെന്ന് ആലോചിക്കുന്നതുപോലും. ഞങ്ങൾ പഠിക്കുമ്പോൾ രണ്ട് കൊല്ലം എനിക്കായിരുന്നു എഴുതി നിറയ്ക്കലിന്റെ ഉത്തരവാദിത്വം. ഞാനും ബാലുവും സംസ്കൃതം ക്ലാസിലിരുന്നാണ് 'കലികാല ഭൈരവൻ' എന്ന കഥയും 'മഞ്ഞിന്റെ മണവും' 'എ പ്ലസ് ബി' എന്നിങ്ങനെ കഥകളും കവിതകളുമൊക്കെ എഴുതിയത്. ഞാനെഴുതിയത് അവന്റെ പേരിലും അവനെഴുതിയ 'കലികാല ഭൈരവൻ' മറ്റൊരു സ്നേഹിതന്റെ പേരിലും മാഗസിനിൽ അച്ചടിച്ച് വന്നിരുന്നു. *ദോസ്ത*െന്ന ദിലീപ് ചിത്രത്തിൽ ബാലു പിന്നണിഗായകനായതും ഈ കാലയളവിലാണ്.

കോളേജും പഠനവും പാട്ടും മത്സരവുമൊക്കെ മുറപോലെ നടക്കുമ്പോഴും ബാലുവിന്റെ മനസ്സ് ലക്ഷ്മിക്കൊപ്പമായിരുന്നു. അതുകൊണ്ട് തന്നെ പാട്ടിലൊക്കെ പ്രണയവും വിരഹവും നിഴലിച്ചിരുന്നു. സ്വപ്നം കണ്ട ലക്ഷ്മിയെന്ന പെൺകുട്ടിയെ ബാലു എനിക്ക് വർണ്ണിച്ച് തന്നിരുന്നു. ഓറിയന്റൽ ഡിപ്പാർട്ട്മെന്റിലെ വരാന്തയിലും കൈവരിയിലും ഇരുന്ന് പറഞ്ഞതുമുഴുവൻ സ്വപ്നത്തിൽ കണ്ട ലക്ഷ്മി എന്ന പെൺകുട്ടിയെക്കുറിച്ചായിരുന്നു. അവന്റെ ടെൻഷൻ മാറ്റാൻ ഞാനെടുത്ത തീരുമാനമാണ് എന്റെ സുഹൃത്തായ ലക്ഷ്മിയെ അവന് പരിചയപ്പെടുത്തിക്കൊടുക്കുക എന്നത്. കാരണം, അവൻ സ്വപ്നത്തിൽ കണ്ട പെൺകുട്ടിയുടെ എല്ലാ മേന്മകളും നന്മകളും ലക്ഷ്മിക്കുണ്ടായിരുന്നു. അവന് ലക്ഷ്മിയെ പരിചയപ്പെടുത്തിക്കൊടുത്തു. പിന്നെ അവരുടെ പ്രണയത്തിനും വിവാഹത്തിനും കോളേജ് സാക്ഷിയായി. ഇപ്പോ കല്യാണം കഴിക്കരുതെന്ന് അവനെ വിലക്കിയതിന് കുറച്ചൊന്നുമല്ല കൺഫ്യൂഷൻ ടീമിൽ നിന്ന് ഞാൻ ചീത്ത കേട്ടതും ഒറ്റപ്പെട്ടതും. (ബാലുവിന്റെ പ്രണയകാലത്തെക്കുറിച്ച് മറ്റൊരദ്ധ്യായത്തിൽ വിശദമായി എഴുതാം)

ഇതിനിടയിലാണ് ജാസിച്ചേട്ടന്റെ നേതൃത്വത്തിൽ തട്ടിയും മുട്ടിയുമൊക്കെ മുന്നോട്ടുപോകുന്ന 'സംസ്കാര' (എസ് എഫ് ഐയുടെ സാംസ്കാരിക സംഘടന)യിൽ ഞങ്ങളുംസജീവമാകുന്നത്. കോളേജിൽ ഉത്രാടം തിരുനാൾ മാർത്താണ്ഡവർമ്മ മഹാരാജാവ് എത്തിയ ദിവസമാണ് സംസ്കാരയുടെ ഭാഗമായി ബാലു യൂണിവേഴ്സിറ്റി കോളേജിൽ ആദ്യമായി വയലിൻ വായിച്ചതെന്നാണ് ഓർമ്മ. സംസ്കാര മീറ്റിങ്ങുകളിലൂടെ ജാസിച്ചേട്ടനുമായി ബാലു നല്ല കൂട്ടായി. ജാസിച്ചേട്ടനും ബാലുവും എപ്പോ തമ്മിൽ കണ്ടാലും ആദ്യ കൂടിക്കാഴ്ചയിൽ കണ്ടതുപോലെ തന്നെയാണ് രണ്ടാളുടെയും പെരുമാറ്റം. 2018 ൽ കോളേജിൽ വേളി സനലിന്റെ നേതൃത്വത്തിൽ നടന്ന ഓർമ്മച്ചെപ്പിൽ ജാസി ചേട്ടൻ ബാലുവിനെ പൊന്നാടയണിയിച്ച് ആദരിച്ചിരുന്നു. ബാലുവും ജാസിച്ചേട്ടനും ഇഷാനുമൊക്കെ ചിരിച്ച് മരിച്ച ചടങ്ങിൽ ഞാനും ആദരിക്കപ്പെട്ടിരുന്നു. പ്രസംഗം കഴിഞ്ഞ് ബാലുവിനെ കേൾക്കാൻ ഞാൻ വേദിക്ക് പുറത്ത് മഴയിൽനിന്നു.

കോളേജ് മുറ്റത്ത് തലയെടുപ്പോടെ തണൽ വിരിച്ച് നിന്ന മുത്തശ്ശി മാവിൻ ചുവട്ടിൽ തോളോട് തോൾ ചേർന്നുകിടന്ന് ഞങ്ങൾ എത്രയെത്ര സ്വപ്നങ്ങൾ കണ്ടിരുന്നു. ജീവിതത്തിൽ എന്താകണമെന്നാണ് പ്രധാന ചിന്ത, അദ്ധ്യാപകരാകാൻ ഞങ്ങൾ രണ്ടാൾക്കും വലിയ ഇഷ്ടമായിരുന്നു. നേരെ ചൊവ്വേ പരീക്ഷയൊക്കെ എഴുതിയിരുന്നെങ്കിൽ ഞങ്ങൾ കോളേജ് അദ്ധ്യാപകരാവുകയും ചെയ്യുമായിരുന്നു.എന്നാൽ വിധി ഞങ്ങളെ കൂട്ടിക്കൊണ്ടുപോയത് വ്യത്യസ്തമായ രണ്ട് വഴികളിലേക്കായിരുന്നു.

ബോയ്സ് ബാന്റിനു പിന്നിലെ കണ്ണീരും കിനാവും

യൂണിവേഴ്സിറ്റി കോളേജിൽനിന്ന് കലോത്സവത്തിന് പങ്കെടുക്കാൻ നടത്തിയ ഒരുക്കം മാത്രമേ ശരിക്കുപറഞ്ഞാൽ കേരളത്തിലെ ആദ്യ ബോയ്സ് ബാന്റിന്, ഞങ്ങളുടെ കൺഫ്യൂഷന് ഉണ്ടായിരുന്നുള്ളൂ. ആ മുന്നൊരുക്കം ടീമിലെ അംഗങ്ങളുടെ മാത്രമല്ല ബാലുവിന്റെയും ഞങ്ങളെ മുന്നോട്ട് നയിച്ചിരുന്ന യൂണിയൻ ഭാരവാഹികളുടെയും സുഹൃത്തുക്കളുടെയും കണ്ണീരും കിനാവും കൂടിയായിരുന്നു.

ബാലുവാണ് ടീമിന്റെ കേന്ദ്രം. അവന്റെ നിഴലുപോലെ എപ്പോഴുമുള്ള എനിക്ക് സംഗീതത്തിൽ ഒരു ചുക്കും ചുണ്ണാമ്പും അറിയില്ല. ബാക്കിയുള്ള കൂട്ടുകാർക്ക് ചില ഇൻസ്ട്രുമെന്റുകൾ തൊട്ടും പിടിച്ചും അറിയാം. ഷാനും അനൂപും ഒരുവിധം പാടും. ഹിന്ദി എഴുതുന്ന രാജേഷിനും സംഗീതത്തെ കുറിച്ച് വലിയ ധാരണ ഉള്ളതായി എനിക്ക് തോന്നിയിട്ടില്ല. പിന്നെ കോ ഓർഡിനേറ്റ് ചെയ്യാൻ ഓടി നടക്കുന്ന ഷാജന് നാടകം, മൈം ഇത്യാദി കാര്യങ്ങളിൽ നല്ല ധാരണയുണ്ടെങ്കിലും സംഗീതത്തിൽ അത്ര വലിയ പിടിപാടൊന്നുമില്ല. എന്നിട്ടും ഞങ്ങൾ ഒന്നാം സമ്മാനം നേടുകമാത്രമല്ല, ആ ടീമിലുണ്ടായിരുന്നവരിൽ ഭൂരിഭാഗം പേരും ഇന്നും സംഗീതം കൊണ്ടാണ് ഉപജീവനം കഴിക്കുന്നത്. അതിനു കാരണക്കാരൻ ബാലു മാത്രമായിരുന്നു. ഓരോ പാഠങ്ങളും അത്രയധികം കരുതലോടെയാണ് ടീമിലുള്ളവരെ അവൻ പഠിപ്പിച്ചിരുന്നത്. ബാലു പഠിപ്പിക്കുന്നത് കഠിനാദ്ധ്വാനത്തിലൂടെ ഷാനും ജയനുമൊക്കെ സ്വായത്തമാക്കുകയും ചെയ്തു.

മുൻ അദ്ധ്യായത്തിൽ തുടങ്ങിവച്ചതുപോലെ ഗാനമേള മത്സരമാണ് എല്ലാത്തിന്റെയും തുടക്കം. ഞങ്ങളുടെ ടീം സെറ്റായി. 'ആരു നീ എന്നോമലേ'.. 'നയെ സമാനേ കീ ഗാന' എന്നീ പാട്ടുകളും 'സൂര്യ

സംഗീത'വും ബാലു ചിട്ടപ്പെടുത്തി. ഏത് അർദ്ധരാത്രി വിളിച്ചുണർത്തിയാലും ടീമിലെ എല്ലാവരും പാട്ട് പാടുകയും പശ്ചാത്തലം ഒരുക്കുകയും ചെയ്യും. അത് മാത്രം പോര മത്സരത്തിന് പോകാൻ അവശ്യം വേണ്ടത്. ഞങ്ങളുടെ മുഖ്യ എതിരാളികളായ മാർ ഇവാനിയോസ് കോളേജിനാണെങ്കിൽ മത്സരത്തിനൊക്കെ പ്രത്യേക ഫണ്ടു തന്നെയുണ്ട്.

അപ്പൊ ഫണ്ട് സംഘടിപ്പിക്കണം. എന്തിനൊക്കെയാണ് ഈ ഫണ്ട് വിനിയോഗിക്കുക എന്നത് അതിനേക്കാൾ പ്രധാനമായിരുന്നു. ടീമിലെ ഭൂരിഭാഗം പേരും കോളേജിൽ തന്നെയാണ് കിടപ്പ്. ചില ദിവസങ്ങളിൽ ഞാനും ബാലുവും കോളേജിൽ രാത്രി തങ്ങിയിരുന്നു. അല്ലാത്തപ്പോൾ ബിജു എക്സ് എക്സ് എന്ന കൂട്ടുകാരന്റെ ഹോസ്റ്റൽ മുറിയായിരുന്നു എന്റെ താവളം. ട്യൂഷൻ പഠിപ്പിച്ച് കിട്ടുന്ന ദിവസക്കൂലിക്കൊണ്ട് അരപ്പട്ടിണി മാറ്റാം. ചിലപ്പോൾ പാളയം മാർക്കറ്റിൽ കിട്ടുന്ന പത്ത് രൂപയുടെ ഭക്ഷണപ്പൊതി വാങ്ങി പകുത്ത് കഴിക്കാം. അതൊന്നും എന്നും നടപ്പുള്ളതല്ല. യൂണിവേഴ്സിറ്റി കോളേജ് വളപ്പിലെ പൈപ്പിൽനിന്ന് കുടിക്കുന്ന പച്ചവെള്ളത്തിനും അമൃതിന്റെ ഗുണമാണുള്ളതെന്ന് ഞങ്ങൾ തിരിച്ചറിഞ്ഞ ദിവസങ്ങളായിരുന്നു അത്. കൂട്ടുകാരുടെ ചോറുപൊതിയിൽ കൈ കടത്തിയുള്ള ആർത്തി തീർക്കലും സജീവ പരിപാടിയായിരുന്നു. പെൺകുട്ടികളിൽനിന്ന് രണ്ട് രൂപ നിരക്കിൽ പിരിവെടുത്ത് ബാബുവണ്ണന്റെ കടയിൽനിന്ന് വടയും ചായയും ഞങ്ങൾ ആസ്വദിച്ചിരുന്നു. ബാബുവണ്ണന്റെ തട്ടുകടയിലെ രാജേഷെന്ന കൊച്ച് പയ്യനും ചിലപ്പോഴൊക്കെ ഞങ്ങളുടെ സഹായത്തിനെത്തിയിരുന്നു.

റിഹേഴ്സൽ ക്യാമ്പിലെ പട്ടിണി മാറ്റണം, ഉപകരണങ്ങളുടെ വാടക കൊടുക്കണം. ഉപകരണങ്ങൾ മത്സര വേദിയിലെത്തിക്കണം, ചില കൂട്ടുകാർക്ക് ബൈക്കുണ്ടെങ്കിലും വലിയ ഡ്രം സെറ്റും സൗണ്ട് സിസ്റ്റവുമൊക്കെ ബൈക്കിൽ കൊണ്ടു പോവുക അത്ര എളുപ്പമല്ല. പിന്നെ ഒരു പോലുള്ള ഡ്രസ് വേണം. (അതില്ലെങ്കിലും സാരമില്ലെന്ന് പിന്നീട് ബാലു തന്നെ തീരുമാനിച്ചുവെന്നാണ് ഓർമ്മ). ഇങ്ങനെ അത്യാവശ്യ കാര്യങ്ങൾക്ക് ഫണ്ട് കൂടിയേ തീരൂ, പിന്നെ ഒറ്റക്കെട്ടായി ഞങ്ങൾ തീരുമാനിക്കുകയായിരുന്നു സാഫല്യം ഷോപ്പിങ് കോംപ്ലക്സിൽ പോയി പാടുക, സന്മനസ്സുള്ളവർ സഹായിക്കട്ടെ, അങ്ങനെയാണ് സിനിമയിൽ തിളങ്ങി നില്ക്കുന്ന സംഗീത പ്രതിഭയായ ബാലഭാസ്കർ യൂണിവേഴ്സിറ്റി കോളേജിലെ കൂട്ടുകാർക്കൊപ്പം ഒരു നട്ടുച്ചയ്ക്ക് പണി തീരാത്ത സാഫല്യം കോംപ്ലക്സിലെ പ്രധാന പടിക്കെട്ടിൽ പാട്ടുപാടി പണം പിരിച്ചത്. സാഫല്യത്തിലേക്ക് പോയത് ഗാനമേള ടീം മാത്രമായിരുന്നില്ല. കോളേജ് യൂണിയനിലെ ഒട്ടുമിക്ക എസ് എഫ് ഐക്കാരും പിന്തുണയുമായി ഒപ്പമുണ്ടായിരുന്നു. കൂടാതെ സാഫല്യത്തിലെ പ്രേമൻ ചേട്ടനും മറ്റ് കടക്കാരും കോളേജിനുമുന്നിൽ ചെരിപ്പുകുത്താൻ ഇരിക്കുന്ന മുരളിച്ചേട്ടനും ഗ്രീറ്റിങ് കാർഡുകളും ചിത്രങ്ങളും വില്ക്കുന്ന ചേട്ടനുമൊക്കെ നല്ല പോലെ സഹകരിക്കുകയും ചെയ്തു. (ഇവരെയൊക്കെ പാട്ടിന്റെ ചിത്രീകരണ സമയത്ത് ഒപ്പം ചേർക്കാനും ബാലു മറന്നിരുന്നില്ല)

ഫണ്ട് ഏകദേശം സെറ്റായതോടെ മത്സരം അടുത്തെത്തി. മത്സരം നടക്കുന്നത് പെൺകോട്ടയിലാണ്, വിമൻസ്കോളേജിൽ. അവിടെ എത്തണം. പെട്ടിഓട്ടോറിക്ഷയിൽ സാധനങ്ങളൊക്കെ കയറ്റി വച്ച് ബിജു മുരളീധരനും ഷാജനും ടീമിലെ ചിലരും വിമൻസ്കോളേജിലെ ഗേറ്റ് കടന്നപാടെ പെൺകുട്ടികൾ കൂവി ആർത്തു. പെട്ടിഓട്ടോറിക്ഷയിലെത്തിയത് യൂണിവേഴ്സിറ്റികോളേജിലെ ഒരുകാശിനു കൊള്ളാത്തവരാണെന്ന് ധരിച്ചായിരുന്നു ഈ കൂക്കുവിളി. വേദിയിൽ മത്സരം തുടങ്ങും മുമ്പ് എനിക്ക് സംസ്കൃതകോളേജിൽ നടക്കുന്ന കവിതാരചനയ്ക്ക് പങ്കെടുക്കാനുള്ളതുകൊണ്ട് ഞാൻ മടങ്ങി. പിന്നീട് ബാലുവും ബിജുവും പറഞ്ഞാണ് ആദ്യ വേദിയിൽ ഞങ്ങളുടെ പാട്ടും പാട്ടുകാരും കൈയടി വാങ്ങിയ കഥ ഞാനറിഞ്ഞത്.

തട്ടിക്കൂട്ട് സെറ്റപ്പിൽ യൂണിവേഴ്സിറ്റികോളേജിൽനിന്ന് വന്നവർ വേദിയിൽ കയറിയതും പെൺകുട്ടികൾ കൂവി, ആർത്തുകൂവി. എന്നാൽ ബാലുവിന്റെ 'ആരു നീ' ഹമ്മിങ് തുടങ്ങിയതോടെ കൂവൽ കൈയടിയിലേക്ക് മാറി. 'നയേ സമാനേ' പാടുമ്പോൾ പെൺകുട്ടികൾ വേദിക്കു പുറത്ത് നൃത്തം ചെയ്തു. അതായിരുന്നു ഞങ്ങളുടെ ആദ്യ വിജയം.

യൂണിവേഴ്സിറ്റി കോളേജിലെ മരച്ചുവട്ടിലും ക്ലാസ് മുറികളിലും സെന്റിനറി ഹാളിലുമായി പിറവി എടുത്ത പാട്ടുകൾ കേരളത്തിലെ കാമ്പസുകൾ ഏറ്റുപാടിയതോടെ ബാലുവിനെക്കുറിച്ചും ബാലുവിനൊപ്പമുള്ളവരെക്കുറിച്ചും പത്രങ്ങൾ എഴുതി. സൂര്യ ടി വിയിൽനിന്ന് അനിൽ

നമ്പ്യാർ സ്റ്റോറി ചെയ്യാൻ കോളേജിലെത്തിയതും ആ ദിവസങ്ങളിലായിരുന്നു, സൂര്യ ടി വിയിൽ ബാലുവിന്റെ പുത്തൻ പാട്ടുകളെക്കുറിച്ച് വാർത്ത വന്നതോടെയാണ് മ്യൂസിക് വീഡിയോ എന്ന ആശയം തനു ബാലക്കെന്ന സംവിധാന പ്രതിഭ ബാലുവിനോട് പങ്കുവച്ചത്, അന്ന് സൂര്യ ടിവിയിൽ ക്യാമറാമാനായിരുന്നു തനു. ഞാനും ബാലുവും കൂടിയാണ് സൂര്യ ടി വിയുടെ വഴുതക്കാട് പ്രവർത്തിച്ചിരുന്ന ആദ്യ ഓഫീസിൽ പോയത്. തനു സ്വാതന്ത്ര്യദിനത്തിന് സംവിധാനം ചെയ്ത ഒരു ഫില്ലറും ഒരു ഹ്രസ്വചിത്രവും ഞങ്ങളെ കാണിച്ചു. ബാലുവിന് രണ്ടും ഇഷ്ടമായി. പിന്നീടാണ് മ്യൂസിക് വീഡിയോ ചെയ്യാൻ ബാലു പാട്ടുകൾ തനുവിനെ ഏല്പിച്ചത്. ഓണക്കാലമായതുകൊണ്ട് പരിപാടിയിൽ ബാലു ചിട്ടപ്പെടുത്തി ഗിരീഷ് പുലിയൂർ എഴുതിയ ഒരു പാട്ടുകൂടി ഉൾപ്പെടുത്തിയിരുന്നു.

'ആരു നീ എന്നോമലേ' എന്ന ഗാനത്തിൽ ബൈജു ബെന്നും മറ്റൊരു മോഡലുമാണ് പ്രധാനമായും അഭിനയിച്ചത്. പാട്ടിനിടയിൽ ബാലു പാടുന്നതും കാണിച്ചിരുന്നു. എന്നാൽ രണ്ടാമത് ഷൂട്ട് ചെയ്ത 'നയേ സമാനേ കീ ഗാന' എന്ന ഞങ്ങളുടെ ഭാഗ്യ ഗാനത്തിൽ കോളേജിലെ മിക്കവാറും എല്ലാ കുട്ടികളും അഭിനയിച്ചിരുന്നു. 99 ശതമാനവും യൂണിവേഴ്സിറ്റി കോളേജിലാണ് പാട്ട് ചിത്രീകരിച്ചത്. ബിനു ഐ പിയുടെ വീട്ടിൽനിന്നും എടുത്ത മ്യൂസിക് സിസ്റ്റത്തിലാണ് പാട്ട് പ്ലേ ചെയ്തിരുന്നത്. റോഷൻ ചേട്ടനായിരുന്നു ക്യാമറ, രാജേഷ് താവലോട് അസിസ്റ്റന്റ് ക്യാമറാമാനായിരുന്നു. തനുവും സഹോദരൻ മനു ബാലക്കുമായിരുന്നു സംവിധാനം. പാട്ടുകളുടെ എഡിറ്റിങ് നിർവ്വഹിച്ചത് സൂര്യ ടി വിയിലെ സീനിയർ വീഡിയോ എഡിറ്ററും ഗ്രാഫിക്സ് ഡിസൈനറും ചീഫ് ടെക്നീഷ്യനുമൊക്കെയായ വി ചന്ദ്രശേഖറായിരുന്നു. സ്റ്റിൽ ഫോട്ടോകളെടുത്തത് രാജീവ് ചേട്ടനായിരുന്നു. പാട്ടിന്റെ ചിത്രീകരണം തുടങ്ങും മുമ്പ് തന്നെ ബിജു മുരളീധരൻ സൂര്യ ടി വിയിൽ അസിസ്റ്റന്റ് ക്യാമറാമാനായി ജോലിക്ക് ചേർന്നിരുന്നു.

പാട്ടുകൾ ഹിറ്റായതോടെയാണ് മ്യൂസിക് ബാന്റെന്ന ആശയം ബാലു മുന്നോട്ട് വച്ചത്. ഇതിനകം എട്ടോ പത്തോ പാട്ടുകൾ ഞങ്ങളുടെ ടീം തയ്യാറാക്കിയിരുന്നു. മലയാളം, തമിഴ്, ഹിന്ദി ഭാഷകൾ കോർത്തിണക്കിയുള്ള പാട്ടുകളും ചില മെലഡികളും അടിച്ചുപൊളി പാട്ടുകളും കോർത്തിണക്കി വേദിയിൽ അവതരിപ്പിച്ചാൽ കൈയടിയും കാശും ഉറപ്പെന്ന് ഉറപ്പിച്ച് തന്നെയാണ് ബാലു ബോയ്സ് ബാന്റെന്ന ആശയം മുന്നോട്ട് വച്ചതും അതിനുവേണ്ടി അഹോരാത്രം പരിശ്രമിച്ചതും.

ഈ പാട്ടുകളൊക്കെ റിക്കോർഡ് ചെയ്യാൻ ബാലുവിനൊപ്പം പോകുന്നതും രസകരമായ അനുഭവമാണ്. ഞങ്ങൾ വെട്ടുകിളികളെപ്പോലെ ഒരു സംഘമായാണ് വെള്ളയമ്പലത്ത് ജെയിംസ്ചേട്ടന്റെ സ്റ്റുഡിയോയിലോ തൈക്കാട് കൃഷ്ണൻ ചേട്ടന്റെ എസ് എസ് സ്റ്റുഡിയോയിലോ എത്തുക. സ്റ്റുഡിയോയുടെ പതിവ് ശാന്തതയൊക്കെ ഞങ്ങളെത്തിയാൽ പമ്പകടക്കും. പാട്ടുകൾ റിക്കോർഡ് ചെയ്ത സമ്മി ചേട്ടൻ, കൃഷ്ണൻ ചേട്ടൻ,

പ്രശാന്ത്, പിന്നെ പശ്ചാത്തലമൊരുക്കിയ ജോസ് അങ്കിൾ, കൊച്ചു ജോസ്, മനോജ് ചേട്ടൻ, ഗണേഷ് ചേട്ടൻ, ബൈജു ചേട്ടൻ എന്നിങ്ങനെ നീളുന്ന കലാകാരന്മാരുടെ സംഘത്തെ ബാലു തന്നെയാണ് ഒപ്പം കൂട്ടിയത്. അവർക്കും ബാലുവിന്റെ പാട്ടിനൊത്ത് ജോലി ചെയ്യാൻ ഏറെ ഇഷ്ടവും സന്തോഷവുമായിരുന്നു. ഇവരിൽ എല്ലാവരോടും ബാലു പുലർത്തിയിരുന്ന ആദരവും സ്നേഹവും എടുത്തുപറയേണ്ടതാണ്.

ടീമിലുള്ളവർക്ക് പുറമേ ഫിലോസഫിയിൽ ഞങ്ങളുടെ സീനിയറായി എത്തിയ സനിതചേച്ചിയും പാടാൻ ഞങ്ങൾക്കൊപ്പം കൂടി. ബാന്റിന്റെ പരിശീലനവും കോളേജിൽ തന്നെയാണ് നടന്നിരുന്നത്. അതുകൊണ്ട് മറ്റ് കൂട്ടുകാരും ഞങ്ങൾക്കൊപ്പം ഉണ്ടായിരുന്നു. ബാന്റിന് പേര് വേണമെന്ന ചർച്ചയ്ക്കും ചൂട് പിടിച്ചത് ഇക്കാലത്താണ്. എന്ത് തീരുമാനവും എടുക്കാൻ കൂട്ടചർച്ചയും കൂട്ടയടിയും പതിവാണ്. ഞങ്ങൾക്കിടയിൽ ഒടുവിൽ വഴക്കടിച്ച് തളരുമ്പോൾ ബാലു തന്നെ എല്ലാം തീർപ്പാക്കുകയും ചെയ്യും. തീരുമാനങ്ങൾ എടുക്കുന്നതിനുള്ള കൺഫ്യൂഷൻ തന്നെയാണ് ബാന്റിന് പറ്റിയ പേരെന്ന് എല്ലാവരും ഒരേ മനസ്സോടെ അംഗീകരിക്കുകയായിരുന്നു. സൂര്യ ടി വിയുടെ ഓണപ്പരിപാടിക്കും കൺ ഫ്യൂഷൻ എന്നാണ് തനു പേര് കൊടുത്തത്.

പരിശീലനവും പാട്ടും പഠനവും പ്രണയവുമൊക്കെയായി മുന്നോട്ട് പോകുന്നതിനിടെ ഓണമെത്തി. തിരുവോണദിവസമാണ് ഞങ്ങളുടെ പരിപാടി ടി വിയിൽ വരുന്നതെന്ന് തനു പറഞ്ഞ് അറിഞ്ഞു, വൈകുന്നേരം ആറരയ്ക്കാണ് പരിപാടി സംപ്രേഷണം ചെയ്യുക. ഇതിനിടെ 'ആരു നീ എന്നോമലേ' എന്ന പാട്ടിൽ മുഖ്യ വേഷത്തിലെത്തിയ ബൈജു ബെൻ ഒരു പരിപാടി ഞങ്ങളുടെ ബാന്റിന് പിടിച്ചിരുന്നു. പരിപാടിയുടെ സംഘാടകനെ കാണുകയും വേണം.അങ്ങനെയാണ് പട്ടത്ത് അന്ന് ബൈജു ബെൻ താമസിച്ചിരുന്ന വീട്ടിൽ ഞങ്ങളുടെ സംഘം എത്തിയത്. ബൈജു ബെന്നിന്റെ വീടിനു സമീപത്തായിരുന്നു പരിപാടിയുടെ സംഘാടകന്റെ വീട്. ബൈജുവിന്റെ വീടിനകത്തും പുറത്തെ മതിലിലുമൊക്കെ ഇരുന്ന് നേരം കുറെ നീണ്ടു. *അനിയത്തിപ്രാവെ*ന്ന ഹിറ്റ് സിനിമയാണ് സൂര്യ ടിവിയിൽ അന്ന് കാണിച്ചത്. സിനിമ കഴിഞ്ഞാണ് ഞങ്ങളുടെ പരിപാടി. സിനിമയും പരസ്യവും നീണ്ട് നീണ്ട് ഏകദേശം ഒമ്പതര കഴിഞ്ഞാണ് ഞങ്ങളുടെ പരിപാടി സൂര്യ ടി വി സംപ്രേഷണം ചെയ്തത്. അത്ര നേരവും ഞങ്ങളെല്ലാവരും ക്ഷമയുടെ നെല്ലിപ്പലകയിലായിരുന്നു.

ഇതിനിടെ ഒരു ദിവസം സൂര്യ ടി വിയുടെ സ്റ്റുഡിയോയിൽ ഞാനും ബാലുവും കൂടി പാട്ടുകാണാൻ പോയിരുന്നു. അന്ന് കണ്ടെങ്കിലും അത്ര ആസ്വദിക്കാൻ കഴിഞ്ഞിരുന്നില്ല. അതുകൊണ്ട് ആദ്യമായി ടി വിയിൽ പാട്ട് കാണാൻ കാത്തിരുന്നതിന്റെ സുഖവും മധുരവും ഇന്നും ഞങ്ങളിലുണ്ട്. പരിപാടി കണ്ടെങ്കിലും സംഘാടകനുമായുള്ള കൂടിക്കാഴ്ച അന്ന് നടന്നില്ല.

നിരവധി അഭിനന്ദനമാണ് ബാലുവിനെ തേടി എത്തിയത്. പിന്നീടുള്ള ദിവസങ്ങളിലും ബാലുവിനും പാട്ടിൽ പെർഫോം ചെയ്ത എല്ലാവർക്കും അഭിനന്ദന പ്രവാഹമായിരുന്നു. ഇതിനിടെ സൂര്യകാന്തി ഓഡിറ്റോറിയത്തിൽ നടക്കുന്ന ഫുഡ്ഫെസ്റ്റിവലിൽ ഞങ്ങളുടെ ആദ്യ പരിപാടി അവതരിപ്പിക്കാനുള്ള അവസരവും ഒത്തുവന്നു. ഫ്ലേവർ 2000 എന്നായിരുന്നു പരിപാടിയുടെ പേര്. കോരിച്ചൊരിയുന്ന മഴയത്താണ് പരിപാടി അവതരിപ്പിച്ചത്. വേദിയിൽ അവശ്യകാര്യങ്ങളൊക്കെ എത്തിച്ച് സദസ്സിന്റെ പിന്നിൽ മാറി നിന്ന് ബാലുവിന്റെ പാട്ടും വയലിൻ വിസ്മയങ്ങളും ആസ്വദിച്ച് നിന്ന എന്നെ ബാലു വേദിയിലേക്ക് വിളിച്ച് കയറ്റി എല്ലാവർക്കും പരിചയപ്പെടുത്തി. പിന്നീട് കിട്ടിയ തുക എല്ലാവർക്കുമായി കൊടുക്കുന്നതിനിടെ ചെറിയ ഒരു തുക എനിക്കും ബാലു തന്നു. ഇത് കണ്ട് കൂട്ടത്തിലൊരുവൻ ബാലുവിനോട് ചോദിച്ചത് ഇന്നും എന്റെ കാതിൽ കേൾക്കുന്നുണ്ട്. "മൈക്ക് ചുമക്കാനെത്തിയവർക്കും ബാലു കാശ് കൊടുക്കുമോ" എന്നായിരുന്നു ആ ചോദ്യം, അതിനുള്ള ബാലുവിന്റെ മറുപടിയും ഒരിക്കലും മറക്കാൻ കഴിയില്ല, "ഇവൻ എഴുതിയ പാട്ടുകളാണ് ഇത്രനേരം പാടിയതും വായിച്ചതും" എന്നായിരുന്നു ബാലുവിന്റെ മറുപടി,

പല പരിപാടികൾക്കും എനിക്ക് പ്രത്യേകിച്ച് റോളുകളൊന്നും ഉണ്ടായിരുന്നില്ല. കൂടാതെ പരീക്ഷ അടുത്തുവരികയും ചെയ്തു. അങ്ങനെ കൺഫ്യൂഷന്റെ എല്ലാ പരിപാടികൾക്കും പങ്കെടുക്കുക എന്ന എന്റെ പതിവ് തെറ്റി. കോളേജ് കാലത്തിനുശേഷം പരിപാടികൾ നിരവധി ചെയ്തെങ്കിലും ഒരു പാട്ട് മാത്രമാണ് കൺഫ്യൂഷൻ ബാന്റ് പുറത്തിറക്കിയത്. അത് മറ്റൊരാളാണ് പ്രൊഡ്യൂസ് ചെയ്തത്. ടീമിൽ ഞാൻ എഴുതാത്ത ഏക പാട്ടും അതായിരുന്നു. 'നോ നോ ടെൻഷൻ ടെൻഷൻ' ആ പാട്ടിന്റെ ടൈറ്റിൽ കാർഡിൽ എന്റെ പേരെഴുതപ്പെട്ടിരുന്നില്ലെങ്കിലും ആ പാട്ടുകളുടെ സൃഷ്ടാവിന്റെ ഹൃദയത്തിൽ എപ്പോഴും എന്റെ പേര് എഴുതപ്പെട്ടിരുന്നു.

എത്രയെത്ര വേദികളിൽ ബാലുവിനെ കേൾക്കാനും കാണാനും വേണ്ടി മാത്രം ഞാൻ സദസ്സിന്റെ പിൻനിരയിൽ മാറി നിന്നിട്ടുണ്ട്. കോളേജ്യൂണിയൻ പരിപാടികൾക്കുപോലും ഞാൻ വേദിയിൽ കയറുന്നത് വിരളമായിരുന്നു. ബാലുവിനെ കേട്ടും കണ്ടും ആൾക്കൂട്ടം ആഘോഷിക്കുന്നത് കാണാനായിരുന്നു എന്നും എനിക്കിഷ്ടം. അവനായിരുന്നു എന്റെ ആൾക്കൂട്ടവും സ്വകാര്യ അഹങ്കാരവും.

പ്രണയം, കല്യാണം, ജാനി

പ്രണയകാര്യത്തിൽ ഒരിക്കലും ബാലു പിശുക്ക് കാണിച്ചിരുന്നില്ല. സുഹൃത്തുക്കളായെത്തിയ നിരവധി പെൺകുട്ടികൾ പിന്നീട്, അവനോട് പ്രണയം തുറന്ന് പറയുന്നതിന് പലപ്പോഴും ഞാൻ സാക്ഷിയായിട്ടുണ്ട്.

മാർ ഇവാനിയോസിലും യൂണിവേഴ്സിറ്റി കോളേജിലെ ബിരുദ കാലത്തുമാണ് ഇത്തരം അല്പായുസ്സുക്കളായ പ്രണയം വിടർന്നതും പൊഴിഞ്ഞതും. പ്രണയത്തെക്കുറിച്ച് മനോഹരമായ കാഴ്ചപ്പാട് ബാലുവിനുണ്ടായിരുന്നു.

അവന്റെ സ്വകാര്യതകളിലേക്ക് കടന്നുകയറാൻ താല്പര്യമില്ലാത്തതുകൊണ്ട് പലപ്പോഴും അവൻ പ്രണയത്തെക്കുറിച്ച് പറയുന്നത് ഒരു ചെവിയിൽക്കൂടി കേട്ട് മറുചെവിയിലൂടെ മറക്കുകയായിരുന്നു എന്റെ രീതി. ഞാനറിയുന്ന കാര്യങ്ങളൊക്കെ സുരക്ഷിതമായിരിക്കുമെന്ന് അവൻ പൂർണ്ണമായും വിശ്വസിക്കുകയും ചെയ്തിരുന്നു.

ബിരുദം കഴിഞ്ഞ് റിസൾറ്റ് വന്നപ്പോൾ ഞങ്ങൾ രണ്ടാൾക്കും നല്ല മാർക്കുണ്ട്. പക്ഷേ, യൂണിവേഴ്സിറ്റി കോളേജിൽ എം എ അഡ്മിഷൻ കിട്ടുക എന്ന് പറയുന്നത് ബാലികേറാ മലപോലെയാണ്. അത് ഞങ്ങൾ രണ്ടാളും അനുഭവിക്കുകയും ചെയ്തു. എസ് എഫ് ഐ, പൂർവ്വ വിദ്യാർത്ഥി പരിഗണനയൊന്നും അക്കാലത്തു യൂണിവേഴ്സിറ്റി കോളേജിൽ ഉണ്ടായിരുന്നില്ല. അത്യാവശ്യം നല്ല മാർക്കുണ്ടായിരുന്നിട്ടും ക്ലാസൊക്കെ തുടങ്ങിക്കഴിഞ്ഞശേഷമാണ് എനിക്ക് പ്രവേശനം ലഭിച്ചത്. ബാലുവിന് പ്രവേശനം ലഭിക്കാൻ വീണ്ടും കാത്തിരിക്കേണ്ടി വന്നു. ഈ കാത്തിരിപ്പിനിടയിലും അവൻ സംഗീതവുമായി ഉലകം ചുറ്റുന്നുണ്ടായിരുന്നു. ഒപ്പം കോളേജിലും എത്തിയിരുന്നു.

ആ അവധിക്കാലത്താണ് *കണ്ണാടിക്കടവത്ത്* എന്ന സിനിമയുടെ സംഗീതം ചെയ്യാമെന്ന് അവൻ ഏല്ക്കുന്നത്. നല്ല കഥയാണെന്നും നല്ല

വരികളാണെന്നും ബാലു പറഞ്ഞിരുന്നു. ആത്മാർത്ഥമായിത്തന്നെ അവൻ പാട്ടുകൾ ചിട്ടപ്പെടുത്തി. എസ് എസ് സ്റ്റുഡിയോയിലാണ് റിക്കോർഡിങ് നടന്നത്. റിക്കോർഡിങ് നല്ല രീതിയിൽ പുരോഗമിക്കുന്ന കാര്യം അവനെ ഫോൺ ചെയ്യുമ്പോഴൊ, വൈകുന്നേരങ്ങളിൽ കാണുമ്പോഴൊ ഞാൻ അറിയുമായിരുന്നു.

ഒരു ദിവസം ഉച്ചയ്ക്ക് ദേഷ്യവും സങ്കടവുമൊക്കെ കടിച്ചമർത്തി ബാലു കോളേജിലേക്ക് വന്നു. എന്നെ കണ്ടപാടേ സ്റ്റുഡിയോയിൽ നടന്ന അനിഷ്ടസംഭവങ്ങളെക്കുറിച്ച് പറഞ്ഞു. എത്ര പറഞ്ഞിട്ടും അവന്റെ ദേഷ്യം മാറുന്ന മട്ടില്ല. ഓറിയന്റൽ ഡിപ്പാർട്ട്മെന്റിന്റെ കൈവരിയിലും വരാന്ത യിലും ഇരുന്നും ഇടനാഴിയിൽ നടന്നുമൊക്കെ സ്റ്റുഡിയോയിൽ നടന്ന പ്രശ്നങ്ങളെക്കുറിച്ച് അവൻ പറഞ്ഞു. അവനെ അനുനയിപ്പിച്ച് തിരികെ സ്റ്റുഡിയോയിലേക്ക് വിടുക എന്ന എന്റെ ശ്രമം ഫലം കണ്ടില്ല.

ക്രമേണ ഞങ്ങളുടെ സംഭാഷണ വിഷയം മാറി, അത് സ്വപ്നങ്ങ

ളിലേക്കും പ്രണയത്തിലേക്കും നിയന്ത്രണമില്ലാതെ പാറി നടന്നു. ഇതിനിടയിലാണ് ബാലു അവന്റെ സ്വപ്നത്തിൽ നിറഞ്ഞ ലക്ഷ്മി എന്ന പെൺകുട്ടിയെക്കുറിച്ച് പറഞ്ഞത്. സ്വപ്നത്തിലെ ലക്ഷ്മിയെപ്പോലൊരു പെൺകുട്ടിയെ കണ്ടെത്തണം, പ്രണയിക്കണം, കല്യാണം കഴിക്കണം ഇതായിരുന്നു അവന്റെ ആഗ്രഹം. അവളുടെ മറ്റ് വിശേഷങ്ങൾ ബാലു വിവരിച്ചതൊക്കെ ഇന്നലത്തെപോലെ ഇന്നും എനിക്കോർമ്മയുണ്ട്. വെളുത്ത നിറമാണ് ലക്ഷ്മിക്ക്, നല്ല മുടിയഴകുള്ള കുട്ടിയാണ് ലക്ഷ്മി,. കണ്ണും മൂക്കുമൊക്കെ നല്ല ചന്തം, പിന്നെ പൂർണ്ണ വെജിറ്റേറിയൻ, ഇതെന്ത്

സ്വപ്നമാണെടാ എന്നൊക്കെ ചോദിക്കാൻ തോന്നിയെങ്കിലും അന്ന് അങ്ങനെയൊന്നും ചോദിക്കാൻ കഴിഞ്ഞില്ല. ഒരുത്തൻ കിട്ടിയ ഒരു സിനിമ തുലച്ചിട്ട് വന്നിരിക്കുകയാണ്, എങ്ങനെയെങ്കിലും അവനെ അനുനയിപ്പിച്ച് സ്റ്റുഡിയോയിലേക്ക് ഓടിക്കണം, അതുകൊണ്ട് അവൻ പറയുന്നതൊക്കെ കേട്ടിരുന്നു, അപ്പോഴാണ് എം എ ഹിന്ദിക്ക് ചേർന്ന ലക്ഷ്മിയെക്കുറിച്ച് എനിക്കോർമ്മ വന്നത്.

ഞാൻ ലക്ഷ്മിയെ പരിചയപ്പെട്ടിരുന്നു. അവൾക്ക് ബാലു പറഞ്ഞ എല്ലാ ഗുണങ്ങളുമുണ്ട്. വെജിറ്റേറിയനാണോ എന്നറിയില്ല. അവനോട് ഞാനിത്രമാത്രമേ ചോദിച്ചുള്ളു. “നീ സ്വപ്നത്തിൽ കണ്ടതുപോലൊരു ലക്ഷ്മിയെ കാണിച്ചു തരാം, മര്യാദയ്ക്ക് പോയി പാട്ട് ചെയ്യുമോ,” അവൻ അതിന് ‘യെസ്’ മൂളി. പിന്നെ അവനെയും കൂട്ടി ലക്ഷ്മിയുടെ ക്ലാസിലേക്കുപോയി, ലക്ഷ്മിയെ ക്ലാസിൽനിന്ന് പുറത്തേക്ക് വിളിച്ച് ബാലുവിനെ പരിചയപ്പെടുത്തി. ആ പരിചയപ്പെടുത്തൽ പിന്നെ സൗഹൃദത്തിലേക്കും പ്രണയത്തിലേക്കും വിവാഹത്തിലേക്കും വളർന്നു.

പ്രണയത്തിനിടെ എന്തെങ്കിലുമൊക്കെ ജോലികളുമായി ബാലു ഏതെങ്കിലും റിക്കോർഡിങ് സ്റ്റുഡിയോയിലായിരിക്കും. എങ്കിലും ഉച്ചയ്ക്ക് കൃത്യമായി കോളേജിലെത്തും, ലക്ഷ്മിയുടെ ഉച്ചഭക്ഷണം പങ്കിട്ട് കഴിക്കും. വരാന്തയിലെ ഏതെങ്കിലും തൂണിന് ചുവട്ടിൽ രണ്ടാളും നിന്ന് പ്രണയിക്കും. ക്ലാസ് തുടങ്ങിയാൽ ബാലു തിരികെ സ്റ്റുഡിയോയിലേക്ക് പോകും. അവന്റെ ക്ലാസിൽ കയറിയിരിക്കലൊക്കെ ഒരു കണക്കാണ്. ചിലപ്പോഴൊക്കെ തുളസിയിൽനിന്നോ സേതുവിൽനിന്നോ നൂറനാട് സുരേഷിൽനിന്നോ എന്തെങ്കിലുമൊക്കെ കേട്ട് പഠിച്ചാൽ അത് മഹാത്ഭുതം കാണുന്ന മട്ടായിരുന്നു എനിക്ക്.

ബാലുവിന്റെ പ്രണയം പുരോഗമിക്കുന്നതിനിടെയാണ് ഞാൻ ജേർണലിസം പഠിക്കാൻ ചേരുന്നത്. എന്റെ നാട്ടുകാരനും ബാലുവിന്റെ സ്നേഹിതനുമായ ശ്രീക്കുട്ടൻ (അഡ്വ. സുശ്രീന്ദ്രൻ പി എസ്) എന്നോടൊപ്പം പഠിക്കുന്നുണ്ടായിരുന്നു. ഞങ്ങൾ പഠിച്ചിരുന്ന ഭവൻസ് കോളേജ് ഓഫ് കമ്യൂണിക്കേഷൻസ് സ്ഥിതി ചെയ്തിരുന്നത് ബാലുവിന്റെ അമ്മാവൻ ബി ശശികുമാറിന്റെ വീടിന് അടുത്തായിരുന്നു. അതുകൊണ്ടുതന്നെ വൈകുന്നേരം ഞങ്ങളുടെ ക്ലാസ് കഴിഞ്ഞ് പലപ്പോഴും ബാലുവുമൊത്ത് പൂജപ്പുര മൈതാനത്ത് സരസ്വതി മണ്ഡപത്തിന് സമീപം കുറച്ചുനേരം ഇരിക്കുക പതിവാണ്. ശ്രീക്കുട്ടനും ബാലുവും മൂന്ന് തവണ ഒരുമിച്ച് സൗത്ത് സോൺ കലോത്സവത്തിൽ പങ്കെടുത്തിട്ടുണ്ട്. അതുകൊണ്ട് അവരുടെ ചങ്ങാത്തത്തിനിടെ നാടൻ പാട്ടും യാത്രയുടെ ഓർമ്മകളും കൂട്ടുകാരുടെ വികൃതികളും കടന്ന് വരും. ഇതൊക്കെ പറഞ്ഞ് അടുത്തുള്ള ഹോട്ടലിൽനിന്ന് ചിലപ്പോൾ ഭക്ഷണവും ചിലപ്പോൾ ചായയും കുടിച്ചാണ് ഞങ്ങൾ പിരിയുക. ബാലു ജഗതിയിലേക്കും ഞങ്ങൾ രണ്ടാളും തമലത്തേക്കും പോകും.

ഈ പതിവുകൾക്കിടെ ഒരു ദിവസം ബാലുവിന് ലക്ഷ്മിയെ കണ്ടേ

തീരൂ എന്ന വാശി. കുറെ നാളുകൾ ലക്ഷ്മിയുടെ പുറകെ നടന്ന് പ്രണയം പറഞ്ഞെങ്കിലും സൗഹൃദത്തിനപ്പുറം ഒരു തരത്തിലുള്ള ബന്ധത്തിനും ലക്ഷ്മി തയ്യാറായിരുന്നില്ല. രാത്രി എട്ടുമണിയോടെ ഞങ്ങൾ പൂജപ്പുര മൈതാനത്ത് ഒത്തുകൂടി. ബാലുവിന് ലക്ഷ്മിയുടെ വീട്ടിൽ പോകണം. പലതും പറഞ്ഞ് വിലക്കാൻ നോക്കിയെങ്കിലും ബാലു കേൾക്കുന്നില്ല. ഒടുവിൽ ബാലുവിനെ ശ്രീക്കുട്ടന്റെ സ്കൂട്ടറിന് പുറകിൽ കയറ്റി വട്ടവിളയിലെ ലക്ഷ്മിയുടെ വീട്ടിലേക്ക് അയച്ചു. അന്ന് രാത്രി ലക്ഷ്മിയെ കണ്ട കാര്യം പിറ്റേന്നുതന്നെ ബാലു ലക്ഷ്മിയോട് പറഞ്ഞുവെന്നാണ് എന്റെ ഓർമ്മ. ഇങ്ങനെ രാവെന്നില്ല പകലെന്നില്ലാതെ ലക്ഷ്മിയെ സ്നേഹിച്ച് നടന്ന ബാലുവിനെ അറിയാവുന്നതുകൊണ്ടാണ് അവൻ ഈണമിട്ട പ്രണയഗാനങ്ങൾക്ക് അവന്റെ മനസ്സിനിണങ്ങും വിധം എപ്പോഴും എനിക്ക് എഴുതാൻ കഴിഞ്ഞത്.

ലക്ഷ്മിയുമായി പ്രണയത്തിലാകും മുമ്പ് ലക്ഷ്മിയുടെ കൂട്ടുകാരിയുടെ വീട്ടിലേക്ക് ബാലു ഫോൺ ചെയ്യാറുണ്ടായിരുന്നു. അവൻ അന്ന് അൽക്കാടെല്ലിന്റെ മൊബൈൽ ഉണ്ട്. ഇരുന്നൂറോ മുന്നൂറോ രൂപയ്ക്ക് ചാർജ് ചെയ്തായിരിക്കും കോളേജിലെത്തുക, പിന്നെ ഞങ്ങൾ രണ്ടാളും മുത്തശ്ശിമാവിന്റെ ചോട്ടിൽ പോയി ഇരിക്കുകയോ കിടക്കുകയോ ചെയ്യും. കുറെനേരം ഓരോന്ന് പറഞ്ഞിരിക്കും. പിന്നീട് അവൻ ലക്ഷ്മിയുടെ കൂട്ടുകാരിയുടെ വീട്ടിലേക്ക് വിളിക്കും. പിന്നെ ലക്ഷ്മിയോട് പ്രണയത്തെക്കുറിച്ച് പറയണമെന്ന് മണിക്കൂറുകൾ നീണ്ടു പോകുന്ന അഭ്യർത്ഥനയാണ്. ചിലപ്പോൾ ഫോണിൽ ബാലൻസ് തീരും. ഉടനെ അടുത്തേതെങ്കിലും കടയിലേക്ക് ഓടും, റീ ചാർജ് ചെയ്തുവന്ന് വീണ്ടും വിളിക്കും. അൽക്കാടെൽ മൊബൈൽ ചുട്ടുപൊള്ളി പണിമുടക്കുന്നതുവരെയൊക്കെ ഈ ഫോൺ വിളി പലപ്പോഴും നീണ്ടു പോയിരുന്നു.

പ്രണയം സഫലമായ ശേഷം സാഫല്യത്തിൽനിന്നായിരുന്നു ബാലു ലക്ഷ്മിയെ ഫോണിൽ വിളിച്ചിരുന്നത്. സാഫല്യത്തിൽ പ്രേമൻ ചേട്ടന് അന്ന് ജ്യൂസ് കടയാണ് ഉണ്ടായിരുന്നത്. കൂടെ ഒരു ടെലിഫോൺ ബൂത്തും. ഈ ബൂത്തിൽനിന്ന് ലക്ഷ്മിയുടെ വീട്ടിലേക്ക് വിളിക്കുകയാണ് പതിവ്. ലക്ഷ്മിയുടെ വീട്ടിൽ ആരാണ് ഫോണെടുക്കുന്നതെന്ന് അറിയില്ല. അതുകൊണ്ട് അല്പസ്വല്പം മിമിക്രി വശമുള്ള ഷാൻ മോനാകും പെൺ ശബ്ദത്തിൽ ലക്ഷ്മിയുടെ വീട്ടിലേക്ക് വിളിക്കുക, ലക്ഷ്മിയെ ഫോണിൽ കിട്ടിക്കഴിഞ്ഞാൽ ബാലു ഇടവേളയില്ലാത്ത സംഭാഷണത്തിലേക്ക് വീഴും.

സ്വാഭാവികമായും പ്രണയം വീട്ടുകാർ അറിഞ്ഞു. പിന്നെ പതിവ് പ്രശ്നങ്ങൾ തലപൊക്കി. ലക്ഷ്മിയെ എത്രയും പെട്ടെന്ന് കല്യാണം കഴിക്കണമെന്നായി ബാലു. കുറച്ച് കാത്തിരിക്കാൻ ഞാൻ പലപ്പോഴും പറഞ്ഞു. അപ്പോഴൊക്കെ അച്ഛനെപ്പോലെ പെരുമാറരുതെന്ന് പറഞ്ഞ് എന്നെ അവൻ വിരട്ടി. യു ജി സി പരീക്ഷ കഴിഞ്ഞ് മതിയെന്ന് പറഞ്ഞു, പരീക്ഷ ഇനിയും വരുമെന്ന് അവൻ, എം എ ഫൈനൽ ഇയർ പൂർത്തിയാക്കിയശേഷം മതിയെന്ന് ഞാൻ, അപ്പോൾ തളത്തിൽ ദിനേശ

നാകരുതെന്ന് പറഞ്ഞ് ഭീകര വഴക്കായി അവൻ.

ഇതിനിടെ മലയാളത്തിലെ തോന്നയ്ക്കൽ വാസുദേവൻ സാറും മറ്റ് അദ്ധ്യാപകരും ഉൾപ്പെടുന്ന സംഘവും കോളേജിലെ മുതിർന്ന വിദ്യാർത്ഥി എന്ന നിലയിൽ എസ് പി സന്തോഷും രണ്ട് വീട്ടുകാരോടും അനുനയ ചർച്ചയൊക്കെ നടത്തിയെന്നാണ് എന്റെ ഓർമ്മ. (ഇതൊന്നും അവൻ എന്നെ അറിയിച്ചിരുന്നില്ല)

2000 നവംബർ 18 എല്ലാംകൊണ്ടും നല്ല ദിവസമാണെന്ന് അവനോട് ആരോ പറഞ്ഞുകൊടുത്തു. അവന്റെ പഴയൊരു ട്യൂഷൻ മാസ്റ്റർ വിജയകുമാറും കൺഫ്യൂഷനിലെ ഷാൻമോനും രാജേഷ് തിരുമലയും ജസ്റ്റിനും ഷാജനുമൊക്കെ കൂടി ആ ദിവസം കല്യാണം നിശ്ചയിച്ചു. പിന്നെ ഷാൻ മോൻ തയ്യാറാക്കിയ കല്യാണ പദ്ധതി അനുസരിച്ച് തിരുവല്ലം പരശുരാമ ക്ഷേത്രത്തിൽ വച്ച് ബാലു ലക്ഷ്മിയെ മാല ചാർത്തി വിവാഹം കഴിച്ചു. എം എ ക്ലാസിൽ പഠിച്ചിരുന്ന മഞ്ജുഷ ചേച്ചിയും ചില പെൺകുട്ടികളുമാണ് ലക്ഷ്മിക്ക് താലി മുറുക്കിക്കൊടുത്തത്.

ഷാൻമോന്റെ വീട്ടിൽ വച്ച് ചെറിയൊരു സദ്യയും. ഇതിനൊന്നും ഞാൻ സാക്ഷിയായിരുന്നില്ല. എന്താണ് സംഭവിച്ചതെന്ന് എനിക്ക് അറിയുകയും ഇല്ലായിരുന്നു.

പരീക്ഷ കഴിഞ്ഞ ശേഷമേ ഒരുമിച്ച് താമസിച്ച് തുടങ്ങുകയുള്ളൂ എന്നായിരുന്നു ബാലു പറഞ്ഞിരുന്നത്. അതുകൊണ്ടുതന്നെ പിന്നീടുള്ള ദിവസങ്ങളിൽ ബാലു കെട്ടിയ താലികോർത്ത മാല ലക്ഷ്മി കഴുത്തിൽ നിന്ന് ഊരാതെയും ആരും കാണാതെയും സംരക്ഷിച്ചിരുന്നു. ഇതിനിടെ വീണ്ടും ലക്ഷ്മിയുടെ വീട്ടിൽ പ്രശ്നം പെരുകി. ബാലുവിന്റെ അച്ഛനും ലക്ഷ്മിയുടെ അച്ഛനും നേരിട്ട് സംസാരിച്ചിരുന്നു. സംഘർഷഭരിതമായ ഈ അന്തരീക്ഷത്തിൽ പിടിച്ച് നില്ക്കാൻ തീരെ നിവൃത്തിയില്ലാതെ വന്നപ്പോഴാണ് രണ്ടാളും ഒരുമിച്ച് ജീവിക്കാൻ തീരുമാനിച്ചത്.

കൺഫ്യൂഷൻ ടീമിലുള്ളവരും ബാലുവിന്റെ ട്യൂഷൻ സാറും ചേർന്ന് റെഡ്ക്രോസിൽ കല്യാണം രജിസ്റ്റർ ചെയ്യാൻ തീരുമാനിച്ചതൊക്കെ വളരെ വൈകിയാണ് ഞാനറിഞ്ഞത്. ഒരു വൈകുന്നേരം ബാലുവും ലക്ഷ്മിയും ഒളിച്ചോടി എന്നാണ് ഞാനറിഞ്ഞത്. സംഭവങ്ങൾ അറിഞ്ഞ ബിജു എക്സ് എക്സും മറ്റ് സുഹൃത്തുക്കളും ചേർന്ന് എന്നോട് വീട്ടിൽ പോകാതെ ഹോസ്റ്റലിൽ തങ്ങാൻ ആവശ്യപ്പെട്ടു.

ബാലുവിന്റെ ഒരു ചുവന്ന ഷർട്ടാണ് അന്ന് ഞാൻ ധരിച്ചിരുന്നത്. രാത്രി വൈകുവോളം ഹോസ്റ്റലിൽ തങ്ങിയ ഞാൻ പതിയെ തമലത്തേക്ക് നടത്തം തുടങ്ങി. പൂജപ്പുര വരെ കുഴപ്പമില്ല. കുഞ്ചാലുംമൂടും കഴിഞ്ഞു. ഇനി വീടെത്താൻ ഒരു കിലോമീറ്റർ ദൂരം മാത്രം, ആശ്വാസത്തോടെ നടത്തം തുടരുന്നതിനിടെയാണ് ഒരു കാർ വന്ന് എന്നെ വട്ടം ചുറ്റി ബ്രേക്കിടുന്നതും കൊടുങ്കാറ്റുപോലെ ചിലർ ഇറങ്ങി എന്നെ തടഞ്ഞ് നിർത്തി നല്ലപോലെ അസഭ്യം പറഞ്ഞതും. ഇതിനിടെ കൂട്ടത്തിൽ ആരോ ഒരാൾ എനിക്കിട്ട് നല്ല തല്ലും തന്നു. എന്നിട്ട് ഒന്നും അറിയാത്ത മട്ടിൽ

അവർ കാറിൽ കയറി പോയി. ഞാൻ എന്ത് ചെയ്യണമെന്നറിയാതെ വീട്ടിലേക്ക് നടന്നു. അങ്ങനെ ഒളിച്ചോട്ടത്തിനുള്ള അടി കിട്ടിയത് എനിക്കാണെന്ന് പിന്നീടാണ് ബാലു അറിഞ്ഞത്.

കൊല്ലൂർ മൂകാംബിക ക്ഷേത്രം ഉൾപ്പെടെ 5 സ്ഥലങ്ങളിൽ വച്ച് ബാലു ലക്ഷ്മിക്ക് മാല ചാർത്തിയെന്നാണ് പിന്നീട് അവൻ തന്നെ എന്നോട് പറഞ്ഞത്. രജിസ്റ്റർ മാര്യേജും ചെയ്തിരുന്നു. കല്യാണമൊക്കെ ഗംഭീരമായി കടന്നു പോയ ശേഷമാണ് യു ജി സി പരീക്ഷ. മോഡൽ സ്കൂളിൽ വച്ചായിരുന്നു പരീക്ഷ. പരീക്ഷ എഴുതാനെത്തിയ ഞാൻ കാണുന്നത് എന്നെ കാത്തിരിക്കുന്ന ബാലുവിനെയാണ്, അവൻ പരീക്ഷ എഴുതാനെത്തിയതിൽ അതിയായ സന്തോഷം രേഖപ്പെടുത്താൻ ചെന്ന എന്നെ പരിചയമില്ലാത്ത ചിലർ തടഞ്ഞു. ബാലുവും എന്നോട് കയർത്തു, നീ കരിങ്കാലിയാണ്, കല്യാണത്തിന് പാരവയ്ക്കാൻ ശ്രമിച്ചവനാണെന്നൊക്കെയായിരുന്നു അവന്റെ വാദം. അതിന് കൂടുതലൊന്നും ഞാൻ മറുപടി പറഞ്ഞില്ല. കല്യാണ ദിവസം ബന്ധുക്കളിൽ ചിലർ വന്ന് എന്നെ കണ്ട കാര്യം പറഞ്ഞതോടെ അവൻ തണുത്തു. പിന്നെ സോറി പറച്ചിലിന്റെ

പെരുമഴ. ഏതായാലും അക്കൊല്ലം യു ജി സി എഴുതിയെങ്കിലും ഞങ്ങൾ രണ്ടാൾക്കും ആ കടമ്പ കടക്കാൻ കഴിഞ്ഞില്ല.

പൂജപ്പുരയിൽ ബാലുവിന്റെ അച്ഛൻ എടുത്തുകൊടുത്ത ഒരു വാടക വീട്ടിലായിരുന്നു ബാലുവും ലക്ഷ്മിയും ആദ്യം താമസിച്ചിരുന്നത്. അവിടെ നിത്യ സന്ദർശകനായിരുന്നു ഞാനും തമലത്തെ ഉണ്ണിയും ബിജു മുരളീധരനുമൊക്കെ. പിന്നീട് എനിക്ക് സൂര്യ ടി വിയിൽ റിപ്പോർട്ടറായി ജോലി കിട്ടി, അവൻ സംഗീതത്തിലും മുഴുകി. ലോകമെങ്ങും സംഗീത വുമായി ചുറ്റുന്നതിനിടെയാണ് അവനും ലക്ഷ്മിക്കും ജാനി പിറന്നത്. നീണ്ട പതിനാറു വർഷത്തെ കാത്തിരിപ്പിനൊടുവിലായിരുന്നു ജാനിയുടെ വരവ്. അവൻ സന്തോഷിപ്പിക്കുക മാത്രമല്ല ഉത്തരവാദിത്വമുള്ള അച്ഛ നാണെന്നും അവന്റെ പെരുമാറ്റത്തിൽനിന്നും സംഭാഷണങ്ങളിൽനിന്നും എനിക്ക് വായിച്ചെടുക്കാൻ കഴിഞ്ഞിരുന്നു. അല്ലെങ്കിലും ആഹ്ലാദങ്ങളുടെ ദൈർഘ്യം നിശ്ചയിക്കുന്നത് കാണാമറയത്തിരിക്കുന്ന ദൈവമാണല്ലോ.. അല്ലേ.

സമാന്തര സംഗീതത്തിന്റെ ബാലസൂര്യൻ

പാട്ടെന്നാൽ സിനിമാപാട്ടെന്ന് മാത്രം പരിചയിച്ചിരുന്ന കാലത്താണ് ബാലഭാസ്കർ സംഗീത ആൽബങ്ങളുമായി രംഗത്തെത്തിയത്. നമുക്കുണ്ടായിരുന്ന ഭക്തിഗാനങ്ങളും മാപ്പിള പാട്ടുകളും ലളിത ഗാനങ്ങളും സീസൺ പാട്ടുകളും സിനിമാനാടക ഗാനങ്ങളും നിരവധി ആസ്വാദകരെ സൃഷ്ടിച്ചുവെന്ന വാസ്തവം അംഗീകരിക്കുമ്പോഴും സിനിമാപാട്ടാണ് പാട്ടെന്നൊരു ചിന്ത മലയാളത്തിലുണ്ടായിരുന്നു. (അതിനിപ്പോഴും വലിയ മാറ്റമൊന്നും സംഭവിച്ചിട്ടില്ല)

മ്യൂസിക് വീഡിയോകളുമായി ഉത്തരേന്ത്യൻ പാട്ടുകാരും സംഗീത സംവിധായകരും അരങ്ങുവാഴുന്ന കാലത്തും നമുക്ക് അത്തരത്തിലുള്ള പാട്ട് വിപണി അന്യമായിരുന്നു. ഇതിന് അറുതി വന്നത് ബാലഭാസ്കറിന്റെ സംഗീതത്തിൽ പാട്ടുകളെത്തിയതോടെയാണ്. ചുരുക്കിപ്പറഞ്ഞാൽ 'നിനക്കായ്', 'ആദ്യമായ്' തുടങ്ങിയ പ്രണയഗാന കാസറ്റുകളുടെ ജനപ്രീതി ഇന്നും കുറഞ്ഞിട്ടില്ല. 'നീ അറിയാൻ' പോലുള്ള സ്വതന്ത്ര പരീക്ഷണങ്ങളുമായി ബാലു സധൈര്യം മുന്നോട്ടുവന്നതും എടുത്ത് പറയേണ്ട വസ്തുതയാണ്.

മാർ ഇവാനിയോസിൽ പ്രീഡിഗ്രിക്ക് പഠിക്കുമ്പോഴാണ് ബാലു സിനിമയിൽ സ്വതന്ത്ര സംഗീത സംവിധായകനാകുന്നത്. ഉത്തരേന്ത്യൻ മാതൃകയിൽ മലയാളത്തിൽ മ്യൂസിക് ആൽബം പുറത്തിറക്കണമെന്നായിരുന്നു ബാലുവിന്റെ മോഹം. അതിന് അവൻ രണ്ട് പാട്ടുകളാണ് ആദ്യം ചിട്ടപ്പെടുത്തിയത്. ഇതിനൊക്കെ പിന്തുണയുമായി ചില സുഹൃത്തുക്കളും ബാലുവിന്റെ അമ്മാവനും അച്ഛനും ഒപ്പമുണ്ടായിരുന്നു. രണ്ടു പാട്ടുകളുടെ ട്രാക്കുമായി *ചിത്രം* വാരികയുടെ പത്രാധിപ സമിതി അംഗം അജിത്കുമാറിനെ കാണാൻ പോയത് ഇന്നലത്തെപ്പോലെ ഇന്നും

ഓർമ്മയുണ്ട്. അജിത്തേട്ടൻ അത് മാഗ്നാസൗണ്ടിലെ ചിലരെ കേൾപ്പിച്ചതും എനിക്ക് അറിയാം. പിന്നീടാണ് ബാലു ചെയ്തുവച്ച രണ്ടു പാട്ടുകളും സിനിമയ്ക്കായി ചെയ്ത ഒരു പാട്ടും *മംഗല്യപ്പല്ലക്കെന്ന* സിനിമയിലൂടെ കേരളം ആസ്വദിച്ചത്.

അതിനെത്തുടർന്ന് 1997 ലെ ഈസ്റ്റ് കോസ്റ്റിന്റെ ദുബായ് ഷോ (കിലുക്കം) യുടെ ടൈറ്റിൽ ഗാനത്തിലൂടെയും ബാലു മിന്നിത്തിളങ്ങി. തുടർന്നാണ് 'നിനക്കായ്' 'ആദ്യമായ്' എന്നിങ്ങനെയുള്ള പ്രണയ ഗാനങ്ങളുടെ വരവ്. ഇതിനിടെ അയ്യപ്പഭക്തി ഗാനവും ഓണപ്പാട്ടുകളും മാപ്പിളപാട്ടുകളും ക്രിസ്ത്യൻ ഗാനങ്ങളും ബാലുവിന്റെ സംഗീതത്തിൽ പുറത്തുവന്നു.

'പൂപ്പാട്ടും പാടി പൊന്നൂഞ്ഞാലാടി

പൊന്നോണം വന്നേ പൊന്നോണം' എന്ന് തുടങ്ങുന്ന ഓണപ്പാട്ട് ബാലു പാടിക്കേൾപ്പിച്ചതുമൊക്കെ ഓർമ്മയിൽ നീറുന്നുണ്ട്. ഇനിയൊരിക്കലും അവൻ പുത്തൻ പാട്ടുമായി അരികിലേക്ക് വരില്ലല്ലോ എന്ന നീറ്റൽ.

ബാലു രൂപീകരിച്ച കൺഫ്യൂഷൻ ബാന്റിന്റേതായും പാട്ടുകൾ പുറത്തിറങ്ങി. 'നീ അറിയാൻ' എന്നായിരുന്നു ഗാന സമാഹാരത്തിന്റെ പേര്. പ്രശസ്ത കാസറ്റ് കമ്പനികളുമായി ബാലു ഈ പാട്ടുകളുടെ കാര്യം സംസാരിച്ചിരുന്നെങ്കിലും ചില പ്രതികൂല ഇടപെടലുകളുണ്ടായതുകൊണ്ട് വലിയ കമ്പനികളൊന്നും 'നീ അറിയാൻ' എന്ന കാസറ്റ് പുറത്തിറക്കാൻ അന്ന് തയ്യാറായിരുന്നില്ല. തുടർന്ന് 'ഷീലാമണി' എന്ന ഗായികയ്ക്കു വേണ്ടി ബാലു ചിട്ടപ്പെടുത്തിയ 'ആടിവാ കാറ്റേ' ഫൈസൽറോഷൻ ടീമിനുവേണ്ടി ചിട്ടപ്പെടുത്തിയ 'ജിമിക്കി ജിമിക്കി ജാനകി', 'ഇനിയെന്ന് നീയെൻ അരികിൽ വരും' എന്നീ ഗാനങ്ങളും അക്കാലത്ത് വൻ ഹിറ്റുകളായിരുന്നു., തുടർന്നാണ് 'നിതിൻ രാജ്'ന്ന സ്കൂൾ കുട്ടിക്ക് വേണ്ടി ബാലു പാട്ട് കമ്പോസ് ചെയ്യുന്നത്. അതിലെ പാട്ടുകൾ ഒന്നിനൊന്ന് മെച്ചമായിരുന്നു. അച്ഛനെക്കുറിച്ച് മകൻ പാടുന്ന പാട്ടും, ഓണപ്പാട്ടും ഏറെ ശ്രദ്ധിക്കപ്പെട്ടിരുന്നു. നിതിൻ രാജ് പിന്നെ എ ആർ റഹ്മാന്റെ സംഗീതത്തിൽ വരെ പാട്ടുകൾ പാടി. ഇതിനിടെ മോഹൻലാൽ ദൂരദർശനിൽ അവതരിപ്പിച്ച ഓണപ്പരിപാടിക്കും ബാലുവിന്റെ പാട്ടുകൾ ഉപയോഗിച്ചു. അക്കാലത്ത് ഹിറ്റായ ഈ പാട്ടുകളൊക്കെ എന്നെക്കൊണ്ടാണ് ബാലു എഴുതിച്ചത്.

ഈ പാട്ടുകളൊക്കെ സാധാരണ ലളിതഗാനങ്ങളോ സീസൺ പാട്ടുകളോ പോലെ സ്ഥിരം അച്ചിൽ വാർത്തെടുത്തവയായിരുന്നില്ല. എല്ലാ പാട്ടുകൾക്കും സ്വതസിദ്ധമായ ശൈലിയും മധുരവും ഉണ്ടായിരുന്നു. അതുകൊണ്ടാകണം സിനിമാപ്പാട്ടുകൾക്കൊപ്പം ബാലുവിന്റെ പാട്ടുകളും ശ്രദ്ധിക്കപ്പെട്ടത്. അര ഡസൻ സിനിമകൾക്കും ബാലു സംഗീതം പകർന്നു. *മംഗല്യപ്പല്ലക്ക്, കോരപ്പൻ ദി ഗ്രേറ്റ്, കണ്ണാടിക്കടവത്ത്, മോക്ഷം, പാഞ്ചജന്യം* എന്നിവയ്ക്ക് പുറമെ *സഹീർ, ആംബുലൻസ്, പാട്ടിന്റെ പാലാഴി* തുടങ്ങിയ ചെറു ചിത്രങ്ങളിലും ബാലു സംഗീത

സംവിധായകനെന്ന നിലയിൽ മൗലികമായ മുദ്ര പതിപ്പിച്ചിരുന്നു.

ടെലി സീരിയലുകളിലും പരസ്യ ചിത്രങ്ങളിലും ആദ്യ നാളുകളിൽ ബാലു പരീക്ഷണം നടത്തിയിരുന്നു. 'അബാബാ' എന്ന ബ്യൂട്ടി സോപ്പിന്റെ പരസ്യത്തിന് വരികളെഴുതിയത് ഞാനായിരുന്നു. ഗിരീഷ് പുത്തഞ്ചേരി, കൈതപ്രം ദാമോദരൻ നമ്പൂതിരി, ബിച്ചുതിരുമല, ഷിബു ചക്രവർത്തി, എസ് രമേശൻ നായർ, ഗിരിഷ് പുലിയൂർ എന്നിങ്ങനെ ഗാന രചനയിൽ അഗ്രഗണ്യരായ കവികളാണ് ബാലുവിന്റെ സിനിമാ പാട്ടുകളും ഇതര കാസറ്റ് പാട്ടുകളും എഴുതിയത്.ഈസ്റ്റ് കോസ്റ്റിന് വേണ്ടി ഈസ്റ്റ് കോസ്റ്റ് വിജയൻ എഴുതിയ പ്രണയ ഗാനങ്ങൾക്ക് ബാലു ഈണം നല്കുമ്പോഴും ചില പാട്ടുകൾ പാടിക്കുമ്പോഴും ഞാനും ഒപ്പമുണ്ടായിരുന്നു. തൃശൂർ ചേതനയിൽ 'ആദ്യമായ്' എന്ന കാസറ്റിന്റെ മിനുക്ക് പണിക്ക് അവനൊപ്പം പോയതുകൊണ്ട് എന്റെ ജേർണലിസം പരീക്ഷയിൽ ഒരു പേപ്പർ മറ്റൊരു ദിവസം പോയി എഴുതേണ്ടി വന്നിരുന്നു.

കെ ജെ യേശുദാസ്, പി ജയചന്ദ്രൻ, കെ എസ് ചിത്ര, എ ഹരിഹരൻ, എം ജി ശ്രീകുമാർ, ബിജു നാരായണൻ, മധു ബാലകൃഷ്ണൻ, പ്രദീപ് സോമസുന്ദരം, സംഗീത എന്ന് തുടങ്ങി മലയാളത്തിലെയും തെന്നിന്ത്യയിലെയും ഇന്ത്യയിലെത്തന്നെയും മികച്ച ഗായകരാണ് ബാലുവിന്റെ പാട്ടുകളിൽ മിക്കതും പാടിയത്. 120 ഓളം പാട്ടുകളാണ് ഒരു കമ്പനിക്ക് വേണ്ടി മാത്രം ചുരുങ്ങിയ കാലത്തിനിടയ്ക്ക് ബാലു ചിട്ടപ്പെടുത്തിയതെന്ന് അറിയുമ്പോഴാണ് ബാലുവിന്റെ കഴിവിൽ അതിശയം തോന്നുക.

വയലിൻ മാന്ത്രികനായി ലോകമെങ്ങുമുള്ള ആസ്വാദകരെ വിസ്മയിപ്പിക്കാനും ബാലുവിന് കഴിഞ്ഞു. എത്രയെത്ര വേദികളിലാണ് ബാലുവിന്റെ സൂര്യ ഗീതവും മറ്റ് ഈണങ്ങളും സംഗീത മഴ പൊഴിച്ചത്. മിക്കവാറും മലയാളികളുള്ള എല്ലാ രാജ്യത്തും അവൻ വയലിനുമായി പോയിട്ടുണ്ട്. അവരെ സംഗീതത്തിൽ ആറാടിക്കാൻ. ഉസ്ദാത് സക്കീർ ഹുസൈൻ, ശിവമണി, ലൂയിസ് ബാങ്ക്, വിക്കു വിനായക് റാം, ഹരിഹരൻ, ജയറാം, മട്ടന്നൂർ ശങ്കരൻ കുട്ടി, രഞ്ജിത് ബറോട്ട്, ഫസൽ ഖുറേഷി, ദീപക് ദേവ്, സ്റ്റീഫൻ ദേവസി, ഗുരുനാഥനായ ബി ശശികുമാർ എന്ന് തുടങ്ങി ലോക പ്രശസ്തരായ സംഗീതകാരന്മാർക്കൊപ്പമാണ് ബാലു ഫ്യൂഷൻ സംഗീതത്തിലും കച്ചേരികളിലും വിസ്മയലോകം തീർത്ത്.

ഇന്ത്യയിലെ മിക്കവാറും എല്ലാ പ്രതിഭകളുടെ മുന്നിലും ബാലു വയലിൻ വിസ്മയം തീർത്തു. അമിതാഭ് ബച്ചൻ രണ്ട് തവണയാണ് ബാലുവിന്റെ വയലിൻ വിസ്മയത്തെക്കുറിച്ച് ട്വിറ്റ് ചെയ്തത്. യൂണിവേഴ്സിറ്റി കോളേജിൽ വിദ്യാർത്ഥി ആയിരിക്കുന്ന കാലത്താണ് ബാലുവിനെ മമ്മൂട്ടി വിളിച്ച് കൈരളി ടി വിയിൽ ജോലി കൊടുത്തത്. എ ആർ റഹ്മാൻ ബാലുവിന്റെ വയലിൻ സോളോ കേട്ട് അഭിനന്ദിച്ചതിനെക്കുറിച്ച് ബാലു തന്നെ എന്നോട് വാചാലനായിട്ടുണ്ട്.

കല്യാണം കഴിഞ്ഞ ആദ്യ നാളുകളിൽ എം വി ഉണ്ണികൃഷ്ണനെന്ന തമലം ഉണ്ണിയായിരുന്നു ബാലുവിന്റെ മാനേജർ ജോലി ചെയ്തിരുന്നത്.

അക്കാലത്ത് കോട്ടയത്ത് ഒരു ക്ലബ് ബാലുവിനെയും ടീമിനെയും പരിപാടിക്ക് ക്ഷണിച്ചു.

കൺഫ്യൂഷൻ ടീം കോട്ടയത്തേക്ക് പോകാമെന്ന് ഏല്ക്കുകയും ചെയ്തു. പിന്നീട് ക്ലബ്ബിലെ ഒരു ഭാരവാഹി ബാലുവിനെ വിളിച്ച് പാടാനുള്ള പാട്ടുകളുടെ ലിസ്റ്റ് കൊടുത്തു. പതിവ് ഗാനമേള പോലൊരു പരിപാടിയാണ് അവർ പ്രതീക്ഷിക്കുന്നതെന്ന് മനസ്സിലാക്കിയ ബാലു ഉണ്ണിയെക്കൊണ്ടാണ് ഫ്യൂഷൻ ഷോ എന്താണെന്ന് സംഘാടകരെ പഠിപ്പിച്ചത്. ആ പരിപാടി കഴിഞ്ഞ് പ്രതിഫലം കൊടുത്ത ശേഷം സംഘാടകർ മുറിയിൽ പൂട്ടിയിട്ട് ഉണ്ണികൃഷ്ണനെ ശരിക്കും പാഠം

പഠിപ്പിച്ചിരുന്നു. അതുകഴിഞ്ഞ് കോട്ടയം മുതൽ തിരുവനന്തപുരം വരെ ഉണ്ണി കരഞ്ഞു. ഉണ്ണിയിൽ നിന്ന് കാര്യം അറിഞ്ഞ ബാലു സംഘാടകന് ഇഷാൻ ദേവിന്റെ മിമിക്രി കൊണ്ടാണ് മറുപടി കൊടുത്തത്. ഫ്യൂഷൻ ഷോ എന്താണെന്ന് കേരളത്തെ പഠിപ്പിക്കാൻ ബാലു ഇത്തരത്തിലുള്ള റിസ്കുകളും എടുത്തിരുന്നു.

ബിഗിൻ വിത്ത് സൂര്യ, ബിയോണ്ട് എന്നീ സംഗീത സാഗരങ്ങളുടെ നിർമ്മാണം ഏറ്റെടുത്തത് എം സി ഓഡിയോസ് ആന്റ് വീഡിയോ സാണെന്നത് ചെറിയ കാര്യമായിരുന്നില്ല. കർണാട്ടിക് കീർത്തനങ്ങളിലും ബാലു പരീക്ഷണങ്ങളാണ് നടത്തിയിരുന്നത്. രാജ്യാന്തര സംഗീതത്തിന്റെ മേമ്പൊടി ചാലിച്ച് കർണാട്ടിക് സംഗീതം വേദികളിലെത്തിക്കാനും ബാലുവിന് കഴിഞ്ഞു. ഭജതി 2011 എന്ന പരീക്ഷണം സംസ്കൃതത്തെ കൂട്ടുപിടിച്ചാണ് ബാലു നിർവ്വഹിച്ചത്. ബാലുവിന്റെ മാസ്റ്റർപീസായി ഗണി ക്കാവുന്ന 'ലെറ്റ് ഇറ്റ് ബി' എന്ന സംഗീതശില്പനത്തിലെ സൂര്യ സ്തു തിക്ക് ആവശ്യമായ സംസ്കൃതം വരികളെഴുതിയത് അമ്മയായ ശാന്ത കുമാരിയായിരുന്നു.

മൗലികമായ ഈണങ്ങളിലൂടെ പാട്ടിന്റെ ലോകത്തും വിരൽ വിസ്മയംകൊണ്ട് വയലിൻ തന്ത്രികളിൽ പ്രണയവും വിരഹവും ആനന്ദവും വിരിയിച്ച് നിരവധി കോമ്പിനേഷൻ ഷോകളിലൂടെയും ബാലു സൃഷ്ടിച്ചത് സമാന്തര സംഗീത ലോകമായിരുന്നു. കൺഫ്യൂഷനും പിന്നീട് വന്ന ബിഗ് ഇന്ത്യൻ ബാന്റും ബാലുവിന്റെ സംഗീത യാത്രയുടെ വേറിട്ട വഴികളാണ് ആസ്വാദകരുടെ മുന്നിൽ തുറന്നിട്ടത്. സംഗീത ലോകത്ത് പുതുവഴി തുറന്ന ബാലുവിനെ തേടി 2008 ലാണ് കേന്ദ്ര സംഗീത നാടക അക്കാദമിയുടെ ബിസ്മില്ലാ ഖാൻ പുരസ്കാരമെത്തിയത്. ഉപകരണ സംഗീത വിഭാഗത്തിലാണ് ബാലുവിനെ കേന്ദ്ര സർക്കാർ പുരസ്കാരം നല്കി ആദരിച്ചത്. കഴിഞ്ഞ ഇരുപത് കൊല്ലത്തിനിടയ്ക്ക് വയലിനെന്ന 'മാന്ത്രിക ഗന്ധർവ്വ' സംഗീത ഉപകരണത്തോട് മലയാളികളുടെ ഹൃദ യത്തെ അടുപ്പിച്ചതിൽ ബാലുവിനെപ്പോലെ പങ്കുവഹിച്ച മറ്റാരുമില്ലെന്നത് പകൽപോലെ സത്യവുമാണ്.

ആഗോളതലത്തിൽ ശ്രദ്ധിക്കുംവിധം ഒരു നൃത്തസംഗീത ശില്പ ത്തിന്റെ പണിപ്പുരയിലായിരുന്നു ബാലു. കൂടാതെ ഭജതിയുടെ രണ്ടാം ഭാഗവും ബാലു ചെയ്ത് തീർത്തിരുന്നു. ഇങ്ങനെ ലോക ശ്രദ്ധ ആകർ ഷിക്കും വിധത്തിലുള്ള പുതിയ കുറേയേറെ പദ്ധതികളുടെ തുടക്കം കുറിച്ച് വിജയത്തിലേക്ക് ഉദിച്ചുയർന്ന ബാലസൂര്യനാണ് പെട്ടെന്ന് ഇരുൾ മേഘത്തിൽ മറഞ്ഞുപോയത്.

സൗഹൃദങ്ങളുടെ കടൽ

ബാലുവിന്റെ സുഹൃത്തുക്കളെക്കുറിച്ച് പറയുകയോ അവരുടെ പേര് നിരത്തുകയോ ചെയ്യുകയാണെങ്കിൽ ചിലപ്പോൾ നിഘണ്ടുപോലെ നീണ്ടുപോകും. അവന് എല്ലാവരും സ്നേഹിതരായിരുന്നു.

ജെയിംസ് ചേട്ടന്റെ സ്റ്റുഡിയോയിൽ ആദ്യ കാലത്ത് ജോലി ചെയ്തിരുന്ന ആന്റണി മുതൽ എ ആർ റഹ്മാൻ വരെ നീളുന്നു അവന്റെ സൗഹൃദങ്ങൾ.

എല്ലാവരും അവന് കൂട്ടുകാരായിരുന്നു. പരിചയമുള്ളവരിൽ പലരുമായും ആത്മാർത്ഥമായ ബന്ധം കാത്തുസൂക്ഷിക്കുന്നതിലും ബാലു മികവ് പുലർത്തിയിരുന്നു. പല പ്രായത്തിലുള്ളവർ സുഹൃത്തുക്കളായെന്നതാണ് മറ്റൊരു ബലം. പലരുടെയും പേര് വിളിക്കാതെ സമപ്രായക്കാരാണെങ്കിൽ മച്ചൂ, അളീ എന്നീ വിളികളിലൊതുക്കും, മുതിർന്നവരാണെങ്കിൽ ചേട്ടാ, അണ്ണാ, എന്നീ വിളികളിലും. പെൺകുട്ടികളാണെങ്കിൽ അഭിസംബോധനകൾക്ക് കുറച്ചുകൂടി ഭംഗി കൂടും. അതുകൊണ്ടുതന്നെ ബാലുവിന്റെ പല സുഹൃത്തുക്കളുടെയും പേര് എനിക്ക് അറിയില്ല. അവരെ അറിയില്ലെന്ന് പറഞ്ഞാൽ "നിനക്കറിയില്ലേ".. എന്നാകും അവന്റെ ചോദ്യം.

ചുരുക്കിപ്പറഞ്ഞാൽ 'സഞ്ചരിക്കുന്ന ആൾക്കൂട്ടം.' പത്ത് ചുവട് വയ്ക്കുമ്പോൾ പത്തുപേരെങ്കിലും അവന് കൈകൊടുക്കുകയും അവൻ അവർക്ക് സ്വതസിദ്ധമായ ചിരി സമ്മാനിക്കുകയും ചെയ്തിരുന്നു.

അവൻ എനിക്ക് പരിചയപ്പെടുത്തിയ അവന്റെ സുഹൃത്തുക്കളിൽ പ്രമുഖനായിരുന്നു മഹേഷ് പഞ്ചു (ചലച്ചിത്ര അക്കാദമി സെക്രട്ടറി). 'മാണിക്യൻ' എന്ന ടെലിവിഷൻ പരമ്പരയിൽ ബാലനടനായി ബാലു അഭിനയിക്കാൻ എത്തിയതുമുതലുള്ള ബന്ധമാണ് മഹേഷ് ചേട്ടനും

ബാലുവും തമ്മിലുണ്ടായിരുന്നത്.

ജെയിംസ് ചേട്ടന്റെ സ്റ്റുഡിയോയിൽ ഞങ്ങളുടെ പാട്ടുകൾ റെക്കോർഡ് ചെയ്യുന്ന ഒരു നട്ടുച്ചയ്ക്കാണ് മഹേഷ് ചേട്ടൻ ബാലുവിനെ തേടി അവിടെയെത്തിയത്. സംപ്രേഷണം തുടങ്ങാനിരിക്കുന്ന കൈരളി ടി വിയുടെ ക്യാമ്പസ് പരിപാടിക്ക് ടൈറ്റിൽ ചെയ്യണം. 'കലാലയവർണ്ണ' ങ്ങളെന്നാണ് പരിപാടിയുടെ പേര്. ടൈറ്റിൽ ജിംഗിളിന് കവി ബി ടി അനിൽ കുമാർ എഴുതിയ വരികളും കൊണ്ടാണ് മഹേഷ് ചേട്ടന്റെ വരവ്. കാര്യമൊക്കെ പറഞ്ഞുകഴിഞ്ഞ്, പ്രതിഫലം ഉറപ്പിച്ച ശേഷമാണ് ബാലു എന്നെ മഹേഷ് ചേട്ടന് പരിചയപ്പെടുത്തിയത്. ഇവനാണ് ജോയ് തമലം, ഞങ്ങളുടെ പാട്ടൊക്കെ എഴുതിയത് ജോയിയാണ്. നമുക്ക് ടൈറ്റിൽ ജോയിയെക്കൊണ്ട് എഴുതിച്ചാലോ എന്നും ചോദിച്ചു, മഹേഷ് ചേട്ടൻ അതിന് എതിരൊന്നും പറഞ്ഞില്ല. ബി ടി ചേട്ടന്റെ പാട്ട് തഴയപ്പെട്ടതിലുള്ള സങ്കടമുണ്ടെങ്കിലും നമുക്ക് കിട്ടുന്ന ആദ്യ അവസരമാണ്. നന്നായി എഴുതണമെന്ന് മനസ്സിൽ ഉറപ്പിച്ച ശേഷമാണ് ബാലുവിന്റെ സംഗീതത്തിനൊത്ത് ആ ജിംഗിളെഴുതിയത്. കൺഫ്യൂഷൻ ടീം അംഗങ്ങളുടെ തെറിയഭിഷേകത്തിനും ബാലുവിന്റെ തിരുത്തലുകൾക്കും ഒടുവിലാണ് 'കലാലയവർണ്ണ'ങ്ങളുടെ ടൈറ്റിൽ ജനിച്ചത്.

'കമ്പ്യൂട്ടർ ഇ മെയിലും
അടിപൊളിയാകും ക്യാറ്റ് വാക്കും
ഇന്റർ നെറ്റ് പിള്ളേർ ഞങ്ങള്.
എക്സാമായി ചുറ്റല്ലേ
എക്സാംപിളുകൾ കാട്ടല്ലേ
പേടിപ്പിക്കല്ലേ സാറേ സാറേ

അറിവേകുമീ ഇടനാഴികളിൽ
അനുരാഗ നീർമണി ഒഴുകി വരും'...

എന്നിങ്ങനെയായിരുന്നു ബാലുവിനുവേണ്ടി പുറത്ത് ഒരു ഷോയ്ക്ക് വേണ്ടി ഞാൻ ആദ്യമായി എഴുതിയ പാട്ട്.

കൈരളി ടി വിയുടെ ഉദ്ഘാടന ദിവസം തിരുവനന്തപുരത്ത് ചന്ദ്രശേഖരൻനായർ സ്റ്റേഡിയത്തിൽ ചാനൽ തീം സോങ്ങിനൊപ്പം നമ്മുടെ 'കലാലയവർണ്ണ'ങ്ങളുടെ ടൈറ്റിലും അത്യുച്ചത്തിൽ കേൾപ്പിക്കുമ്പോൾ സ്റ്റേഡിയത്തിനുള്ളിലേക്ക് പ്രവേശനം ലഭിക്കാതെ പുറത്ത് ഫൈൻ ആർട്സ് കോളേജിന്റെ ഗേറ്റിനു മുന്നിൽനിന്ന് എന്റെയും അവന്റെയും പാട്ട് ഞാൻ പലതവണ കേട്ടത് ഇന്നും ഓർക്കുന്നു.

മഹേഷ് ചേട്ടൻ കൈരളിക്ക് വേണ്ടി നിർമ്മിച്ച 'കിലുക്കാംപെട്ടി', 'തെന്നാലി രാമൻ' എന്നീ പരിപാടികൾക്കും ബാലു സംഗീതം ചെയ്യുകയും ഞാൻ ടൈറ്റിൽ എഴുതുകയും ചെയ്തു.

മഹേഷ് ചേട്ടൻ 'കൺഫ്യൂഷൻ' എന്ന പേരിൽ ബാലുവിനെ ഉൾപ്പെടുത്തി ഒരു ഹിറ്റ് പരിപാടി തന്നെ കൈരളിയിൽ നിർമ്മിച്ചിരുന്നു. ഇതിനിടെയാണ് ബാലു കല്യാണം കഴിച്ചത്. കല്യാണത്തിന്റെ ആദ്യ നാളുകളിലെ പ്രതിസന്ധികൾ മറികടക്കാനും മഹേഷ് ചേട്ടൻ അവനെ സഹായിച്ചത് എനിക്കോർമ്മയുണ്ട്. (മഹേഷ് ചേട്ടനോട് ബാലുവിന്റെ അച്ഛനും പല കാര്യങ്ങളും പങ്കുവച്ചിരുന്നു) കോട്ടയത്ത് കൈരളി ടി വി സംഘടിപ്പിച്ച മെഗാഷോയുടെ ഭാഗമായി നടന്ന മത്സരങ്ങൾക്ക് ബാലുവിനെ വിധികർത്താവാക്കി, പിന്നീട് കിടിലൻ ഷോയ്ക്കും അവസരമൊരുക്കി. മൂന്ന് ദിവസം കൈരളി ടി വിയുടെ അതിഥികളായി ബാലുവും ലക്ഷ്മിയും കോട്ടയത്തായിരുന്നു.

ഞാനും ബാലുവും ഒരുമിച്ച് പഠിക്കാൻ തുടങ്ങിയ കാലത്ത് ബാലുവിന് ഒരു ശിഷ്യനെ ഞാൻ എത്തിച്ച് കൊടുത്തിരുന്നു, പേര് എം വി ഉണ്ണികൃഷ്ണൻ, ഞങ്ങളേക്കാൾ ഒരു വയസ്സ് മൂത്ത ഉണ്ണിയാണ് ബാലുവിന്റെ കാൽ തൊട്ട് തൊഴുത് ദക്ഷിണ വച്ച് ആദ്യം സംഗീതം പഠിച്ച ശിഷ്യൻ, ഒരു വിജയദശമി ദിവസം ബാലു ഉണ്ണിയുടെ ദക്ഷിണ സ്വീകരിച്ചു, പിന്നീട് ആ വഴിക്ക് തിരിഞ്ഞ് നോക്കിയിട്ടില്ല. ബാലുവിന്റെ അമ്മയാണ് ഉണ്ണിയെ പിന്നീട് കുറെക്കാലം പഠിപ്പിച്ചത്. ഏതായാലും ഉണ്ണിയുടെ സംഗീത പഠനം എങ്ങുമെത്തിയില്ലെങ്കിലും ബാലുവിന്റെ മാനേജരും നല്ല സുഹൃത്തുമായി രണ്ട് കൊല്ലക്കാലം ഉണ്ണി കൂടെ ഉണ്ടായിരുന്നു.

അക്കാലത്ത് ഉണ്ണിയുടെ ബൈക്കിലായിരുന്നു ബാലുവിന്റെ സഞ്ചാരം. പലതവണ കാറുവാങ്ങണമെന്ന് ഉണ്ണി പറഞ്ഞിരുന്നെങ്കിലും സ്വതസിദ്ധമായ പിശുക്കുകൊണ്ട് നല്ല കാര്യങ്ങളിലൊന്നും ബാലു ആദ്യം താല്പര്യം കാണിക്കാറില്ല. കൈരളി ടി വിയിൽ ജോലി ചെയ്യുന്ന കാലത്ത് രാത്രി ഏറെ വൈകിയാവും ഉണ്ണിയുടെ ബൈക്കിൽ ബാലു പൂജപ്പുരയിലെ വാടക വീട്ടിലെത്തുക. ഈ പതിരാ സഞ്ചാരത്തിനിടെ ഒന്നു രണ്ട് തവണ

വണ്ടിക്ക് പൊലീസ് കൈകാണിച്ചിരുന്നു. അതിന്റെ ക്ഷീണം തീർക്കാനാണ് അവൻ ഒരു കാർ വാങ്ങാൻ തീരുമാനിച്ചത്. കറുത്ത നിറമുള്ള സാൻട്രോ കാറാണ് ബാലു വാങ്ങിയത്. അതിന്റെ ഡ്രൈവറായും ഉണ്ണി ബാലുവിനൊപ്പം ഉണ്ടായിരുന്നു.

പിശുക്കിന്റെ ഭാഗമായി കട്ടൻചായ മാത്രമേ ബാലു കുടിച്ചിരുന്നുള്ളൂ. വീട്ടിലെ സ്ഥിരം സന്ദർശകനായ എനിക്ക് ലക്ഷ്മി കുറെ കട്ടൻചായ തന്നിട്ടുണ്ട്. ഈ പിശുക്കിനിടയിലാണ് ഇലക്ട്രിക് വയലിൻ വാങ്ങാൻ ബാലുവിനെ ഉണ്ണി നിർബ്ബന്ധിക്കുന്നത്. ബാലുവിന് ഏറെ താല്പര്യമുണ്ടായിരുന്നെങ്കിലും പണം ചെലവഴിക്കണോ വേണ്ടയോ എന്ന ചിന്ത നിലനിന്നിരുന്നു. ആ ചിന്ത മാറ്റിക്കൊടുത്തത് ഉണ്ണിയാണ്.

ഷീലാമണിക്ക് വേണ്ടി സംഗീതം ചെയ്ത 'ആടിവാ കാറ്റേ' എന്ന ഗാനത്തിന്റെ റെക്കോർഡിങ്, ഷൂട്ടിങ്, എഡിറ്റിങ് എന്നിങ്ങനെ എല്ലാ രംഗത്തും ബാലുവിനും സംവിധായകൻ വിവേകിനുമൊപ്പം ഉണ്ണിയും ഉണ്ടായിരുന്നു, ഷാജനും ഉണ്ണിയും കൂടിയാണ് 'ആടിവാ കാറ്റേ' എന്ന പാട്ടിന്റെ വീഡിയോ സി ഡി, എ സി വി ഉൾപ്പെടെയുള്ള എല്ലായിടത്തും എത്തിച്ചത്. ചില സംഘാടകരിൽനിന്ന് ബാലുവിനുവേണ്ടി ചീത്ത കേട്ടതും ഈ ഉണ്ണിയായിരുന്നു(കോട്ടയം സംഭവം മുമ്പ് സൂചിപ്പിച്ചിരുന്നു) ഇങ്ങനെ ഉണ്ണിയെപ്പോലെ നിഷ്കളങ്ക സുഹൃത്തുക്കളെ സമ്പാദിക്കുന്ന കാര്യത്തിൽ ബാലു എന്നും വിജയിച്ചിരുന്നു.

കുറച്ചു കാലം ശ്യാമ എന്നൊരു പെൺകുട്ടിയായിരുന്നു ബാലുവിന്റെ മാനേജർ, (പിന്നീടാണ് പ്രകാശ് തമ്പി ബാലുവിനൊപ്പം സജീവമായതെന്നാണ് ഓർമ്മ) അക്കാലത്താണ് ബാലു 'ലെറ്റ് ഇറ്റ് ബി' ചെയ്ത് തീർത്തത്. ആ സൗഹൃദത്തെക്കുറിച്ച് ബാലു പറഞ്ഞുള്ള അറിവ് മാത്രമേ എനിക്കുള്ളൂ. സംഗീതത്തിൽ ബാലുവിനെ ശ്യാമ എന്ന മാനേജർ ഒത്തിരി പ്രോത്സാഹിപ്പിച്ചിരുന്നു. വേദികളിൽ മറ്റുള്ളവരുടെ സംഗീതം വയലിനിൽ വായിക്കുന്നതിനുമപ്പുറം മൗലികരചനകളുടെ എണ്ണം കൂട്ടണമെന്ന് അക്കാലത്ത് ബാലുവിന് തോന്നിയിരുന്നു. അങ്ങനെയാണ് കൺഫ്യൂഷൻ കാലത്ത് ചെയ്ത സൂര്യ ഗീതത്തിന് മികച്ച പുനർജ്ജനി ഉണ്ടായത്.

ഇതിനിടെയാണ് ഒരു സുഹൃത്ത് പെട്ടെന്ന് വഴിമാറി സഞ്ചരിച്ചതിലെ വേദനകൊണ്ട് ഇനി മേലിൽ വയലിൻ തൊടില്ലെന്നൊക്കെ ബാലു സോഷ്യൽ മീഡിയയിൽ കുറിച്ചത്. സൗഹൃദത്തിന് അത്രയേറെ വില കൊടുത്തിരുന്ന വ്യക്തിയാണ് ബാലുവെന്ന് തിരിച്ചറിയാൻ ഇതിൽ കൂടുതൽ ഉദാഹരണം നിരത്തേണ്ടതില്ല.

എം എയ്ക്ക് പഠിക്കുമ്പോൾ രശ്മി എന്നൊരു സ്നേഹിത ഞങ്ങൾക്കുണ്ടായിരുന്നു. അദ്ധ്യാപികയായ രശ്മി വർഷങ്ങൾക്കുശേഷം എന്നെ വിളിക്കുന്നത് തിരുവനന്തപുരത്ത് നടക്കുന്ന ബാലുവിന്റെ ഷോയ്ക്ക് പാസ് വേണമെന്ന ആവശ്യവുമായിട്ടായിരുന്നു. ഒപ്പം പഠിച്ച ബിനു ഐ പി നഗരസഭാ കൗൺസിലറായതുകൊണ്ട് പാസ് ലഭിക്കുന്നതിൽ ബുദ്ധിമുട്ട് നേരിട്ടില്ല. ബിനു ഐ പി പാസ് റെഡിയാക്കി. ബാലുവിനെ പരിചയ

പ്പെടണമെന്ന് മകൻ അയ്യപ്പൻ അടൂരെന്ന കൊച്ചുമിടുക്കന് ആഗ്രഹ മുണ്ടെന്നും രശ്മി പറഞ്ഞിരുന്നു. 'നീ ധൈര്യമായി പോയി ബാലൂ' എന്ന് വിളിച്ചാൽ മതിയെന്ന് ഞാൻ പറഞ്ഞപ്പോൾ അവൾക്ക് വിശ്വസിക്കാൻ കഴിഞ്ഞിരുന്നില്ല.

'പ്രശസ്തിയുടെ കൊടുമുടിയിൽ നില്ക്കുന്ന വ്യക്തി പത്തിരുപത് വർഷം മുമ്പ് ഒപ്പം പഠിച്ച പെൺകുട്ടിയെ ഓർക്കുമോ' എന്നൊക്കെയാ യിരുന്നു അവളുടെ സംശയം. എന്നാൽ പരിപാടി കഴിഞ്ഞ് അവൾ വിളിച്ച് സന്തോഷം പങ്കുവച്ചിരുന്നു. ബാലു അടുത്ത് വന്നുവെന്നും മകനൊപ്പം സെൽഫി എടുത്തെന്നുമാണ് അവൾ പറഞ്ഞത്.

ഒരിക്കൽ ഹൃദയത്തിൽ സൂക്ഷിച്ച മുഖം എവിടെ എത്ര കാലം കഴിഞ്ഞ് കണ്ടാലും ആദ്യ കൂടിക്കാഴ്ചയിൽ എങ്ങനെയായിരുന്നോ അതുപോലെ തന്നെയായിരിക്കും അവൻ പെരുമാറുക. അതായിരുന്നു ബാലു.

ജിജോ സോമൻ എന്ന ചിത്രകാരൻ ഞങ്ങളുടെ പൊതു സുഹൃ ത്താണ്.

യൂണിവേഴ്സിറ്റി സൗത്ത് സോൺ മത്സരങ്ങൾക്കും നാഷണൽ മത്സരങ്ങൾക്കും ബാലുവും ജിജോയുമൊക്കെ ഒരുമിച്ചാണ് പങ്കെടുത്തി രുന്നത്. കോളേജ് കാലമൊക്കെ കഴിഞ്ഞ് പത്ത് വർഷത്തോളം ഇരുവരും തമ്മിൽ ഒരു ബന്ധവും പുലർത്തിയിരുന്നില്ല. ജിജോ ചെങ്ങന്നൂരിൽ ജോലി ചെയ്യുന്ന കാലത്ത് അവിടെ ബാലുവിന്റെ ഒരു ഷോ ആരോ സംഘ ടിപ്പിച്ചിരുന്നു. ഇതറിഞ്ഞ് ജിജോ ബാലുവിന്റെ ഫോൺ നമ്പർ സംഘ ടിപ്പിച്ച് വിളിച്ചിരുന്നു. 'അളീ നീ എവിടാ ടാ' എന്നായിരുന്നു ബാലുവിന്റെ മറുപടി. ഇത് കേട്ട് ഇങ്ങേത്തലയിൽ ജിജോ സോമനെന്ന കലാകരാൻ പൊട്ടിക്കരയണോ പൊട്ടിച്ചിരിക്കണോ എന്ന അവസ്ഥയിലായിരുന്നു.

സൗഹൃദമാണോ ഗുരു ശിഷ്യ ബന്ധമാണോ എന്ന് തീരെ മനസ്സി ലാക്കാൻ കഴിയാത്ത ആഴത്തിലുള്ള സ്നേഹമാണ് ബാലുവിന് കേരള യൂണിവേഴ്സിറ്റി സ്റ്റുഡന്റ്സ് സർവ്വീസ് ഡയറക്ടറായിരുന്ന എം എൻ സി ബോസ് സാറിനോട് ഉണ്ടായിരുന്നത്. സാർ പറയുന്നതൊക്കെ അനു സരിക്കുന്ന നല്ല കുട്ടിയാണ് എപ്പോഴും, എന്നാലോ സാറിനെ കളിയാ ക്കാൻ കിട്ടുന്ന ഒരവസരവും അവൻ പാഴാക്കിയിരുന്നില്ല. നേരത്തെ സൂചിപ്പിച്ച ജിജോ സോമനും ജാസിച്ചേട്ടനും ഇഷാനും ഗോൾഡൻ ടാലന്റ്സിലെ മറ്റ് പ്രതിഭകളും കൂടി ചേരുമ്പോൾ ബോസ് സാറിനെ കളിയാക്കിക്കൊല്ലാൻ അവന് പ്രത്യേക സുഖമുള്ളതുപോലെയാണ്. സാറുമൊന്നിച്ചുള്ള യാത്രകളൊക്കെ ബാലു ശരിക്കും ആഘോഷി ച്ചിരുന്നു. സാർ തുടങ്ങിവച്ച ഗോൾഡൻ ടാലന്റ് ഗ്രൂപ്പിലെ സജീവ അംഗ മായിരുന്നു ബാലു.

മോഡൽ സ്കൂളിൽ, ഒപ്പം പഠിക്കുകയും കലോത്സവത്തിൽ ടീമായി മത്സരിക്കുകയും ചെയ്ത ഫെലിക്സ്, ശരത്ത്. മാർ ഇവാനിയോസിൽ, നരേന്ദ്രൻ, റോണി റാഫേൽ, വിധു പ്രതാപ്, അശ്വിൻ ജോൺസൺ,

അഖിലേഷ് എസ് വി എന്നിങ്ങനെയുള്ളവരുടെ കൂട്ട് ഒരു ഭാഗത്ത്. പ്രതാപ് ചേട്ടൻ, ശരത്ത് ചേട്ടൻ അങ്ങനെ നീളുന്ന ചേട്ടന്മാരുടെ കൂട്ടുകെട്ട് മറ്റൊരു ഭാഗത്ത്. ഇക്കാലത്ത് നിരവധി പെൺകുട്ടികളും ബാലുവിന്റെ കൂട്ടുകാരായിരുന്നു.

പെൺകുട്ടികളിൽ പലരുടെയും പേര് എനിക്കറിയാതെ പോയതിൽ ക്ഷമ ചോദിക്കുന്നു. യൂണിവേഴ്സിറ്റി കോളേജിലാണെങ്കിൽ കാമ്പസിലെ എല്ലാവരും ബാലുവിന്റെ സുഹൃത്തുക്കളായിരുന്നു. നിലപാടുകളുടെ കാര്യത്തിലും അഭിപ്രായങ്ങളിലും രണ്ട് ധ്രുവങ്ങളിലായിരുന്നിട്ടും എന്നെപ്പോലും സൗഹൃദത്തിന്റെ കാര്യത്തിൽ സയാമിസ് ഇരട്ടയെപ്പോലെ അവൻ ചേർത്ത് പിടിച്ചിരുന്നു.

കോളേജിനു പുറത്താണെങ്കിൽ അഭിരാം കൃഷ്ണൻ, എസ് പി ദീപക്, പ്രകാശ് തമ്പി, വിഷ്ണു, പ്രശാന്ത് കൃഷ്ണൻ, തനു ബാലക്, റോഷൻ ചേട്ടൻ എന്നിങ്ങനെ ഒരായിരം പേരുണ്ടായിരുന്നു അവന്റെ

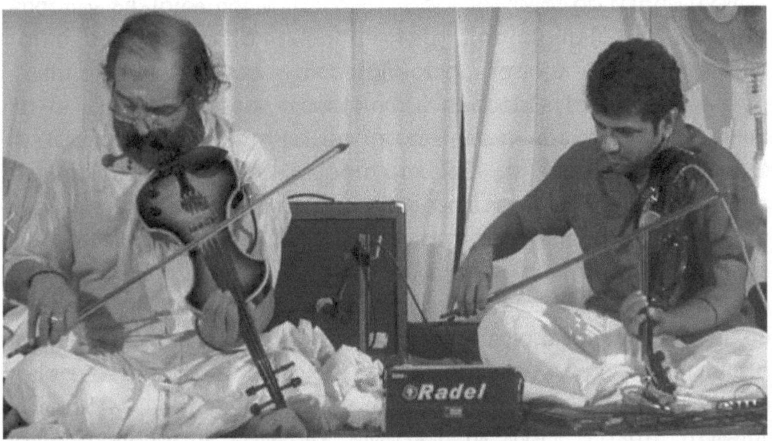

സുഹൃത്തുക്കൾ. സുഹൃത്തുക്കളുടെ ആവശ്യങ്ങൾക്ക് മുന്നിട്ടിറങ്ങുന്ന ശീലവും അവനുണ്ടായിരുന്നു.അതിന് ഉദാഹരണമായി ഒരു കല്യാണക്കഥ പറയുന്നതാകും ഉചിതം. ഞങ്ങളുടെ കൂടെ പഠിച്ച അഞ്ചൽ സ്വദേശിയായ ലക്ഷ്മിയുടെ കല്യാണം നടത്തിക്കൊടുത്തത് അവനായിരുന്നു. എം വി ഉണ്ണികൃഷ്ണൻ സാമ്പത്തികമായി സഹായിച്ചിരുന്നു. ബാലു വിളിച്ചതനുസരിച്ച് ലക്ഷ്മിയേയും നൗഷാദെന്ന മാധ്യമ പ്രവർത്തകനെയും കെട്ടിച്ച് വിടുന്നതിൽ ഞാനും ബിജുമുരളീധരനും പങ്കാളികളായിരുന്നു. ലക്ഷ്മി - നൗഷാദ് വിവാഹം ബാലുവും ഞാനും ചേർന്ന് നടത്തിയതറിഞ്ഞ് ഒരു പ്രമുഖ ഓഡിയോ കാസറ്റ് കമ്പനിയുടെ നടത്തിപ്പുകാർ ബാലുവിനെ പിന്നീട് അവരുടെ പുതിയ പദ്ധതികളിൽനിന്ന് ഒഴിവാക്കിയിരുന്നു. കൂടാതെ ബാലുവിന്റെ അമ്മയേയും അച്ഛനേയും ഫോണിൽ വിളിച്ച് ഭീഷണിപ്പെടുത്തുകയും ചെയ്തിരുന്നു. ഇങ്ങനെ സ്വന്തമായുണ്ടാ

യേക്കാവുന്ന വലിയ നഷ്ടം മറന്നും ബാലു കൂട്ടുകാരെ സഹായിച്ചിരുന്നു.

പത്മനാഭസ്വാമി ക്ഷേത്ര നടയിലും കനകക്കുന്നിലും ഒറ്റക്കമ്പിയുള്ള വയലിൻ വില്ക്കുന്ന ഷാജഹാൻ(ഷാജഹാൻ എന്നാണ് എന്റെ ഓർമ്മ) ചേട്ടനോട് അവന് പ്രത്യേക ഇഷ്ടമായിരുന്നു. ഒരിക്കൽ കനകക്കുന്നിൽ വച്ചാണ് ചേട്ടനെ ആദ്യം കാണുന്നത്. അന്ന് അദ്ദേഹത്തിൽനിന്ന് വയലിൻ വാങ്ങി ബാലു ഗംഭീരമായി വായിച്ചു. ഇത് കണ്ട് നിന്ന മറ്റുള്ളവർ ഷാജ ഹാൻ ചേട്ടന്റെ കൈയിലുണ്ടായിരുന്ന വയലിനുകളെല്ലാം വാങ്ങിയിരുന്നു. അന്ന് വളരെ കുറച്ച് സമയംകൊണ്ട് തന്നെ ഷാജഹാൻ ചേട്ടന്റെ വയലിൻ മുഴുവൻ വിറ്റുപോയി. പിന്നീടൊരിക്കൽ രാത്രി ഷാജഹാൻ ചേട്ടനും ബാലുവും അഭിരാം കൃഷ്ണനുമൊക്കെ ഒറ്റക്കമ്പി വയലിൻ വായിക്കുന്നത് വാർത്തയുമായി. ഒടുവിൽ ഷാജഹാൻ ചേട്ടന് അസുഖമാണെന്ന് അറി ഞ്ഞപ്പോൾ ഇരുചെവിയറിയാതെ സാമ്പത്തിക സഹായമെത്തിക്കാനും ബാലു മറന്നിരുന്നില്ല. വെള്ളപ്പൊക്കത്തിൽ വീട് തകർന്ന ഒരു സുഹൃ ത്തിനെ അവൻ ആരോരുമറിയാതെ സഹായിച്ചതിനെക്കുറിച്ചും എന്നോട് ഒരിക്കൽ സൂചിപ്പിച്ചിരുന്നു. ഇങ്ങനെ സഹായിക്കുന്നവരുടെ പേരു വിവരങ്ങളൊന്നും പുറത്ത് പറയാതിരിക്കാനും അവൻ ശ്രദ്ധിച്ചിരുന്നു.

കൺഫ്യൂഷൻ ടീമൊക്കെ പലവഴിക്കായ കാലത്ത് അമൃത ടി വി സംഘടിപ്പിച്ച ഒരു ഷോയ്ക്കിടെയാണ് ബാലു സ്റ്റീഫൻ ദേവസിയുമായി അടുപ്പത്തിലാകുന്നത്. ആ പരിചയം നല്ലൊരു ഫ്യൂഷൻ കോമ്പിനേഷൻ തന്നെ സൃഷ്ടിച്ചു, കേരളത്തിനകത്തും പുറത്തും വിദേശ രാജ്യങ്ങളിലും സ്റ്റീഫനും ബാലുവും എത്രയോ വേദികളിൽ പരിപാടികളവതരിപ്പിച്ചു. പക്ഷേ, കോമ്പിനേഷൻ ഷോയുടെ ആദ്യ കാലത്ത് പാലക്കാട് നടന്ന ഒരു ഫ്യൂഷൻ ഷോയിൽ ബാലുവിനെ കുരുക്കാൻ സ്റ്റീഫൻ ഒരു ക്ലാസിക് നോട്ട് പിയാനോയിൽ വായിച്ചിരുന്നു. ഇത് കേൾക്കേണ്ട താമസം ബാലു വയലിനിൽ ക്ലാസിക് സംഗീതത്തിന്റെ മാന്ത്രിക മഴ തന്നെ പൊഴിച്ചു വെന്നാണ് ആ ഷോയ്ക്ക് സാക്ഷിയായ സുഹൃത്തുക്കൾ പറഞ്ഞത്. തുടർന്ന് സ്റ്റീഫൻ തന്റെ ഇഷ്ടക്കാരിൽ ചിലരോട് ബാലുവിനെ വിശ്വ സിക്കാൻ കൊള്ളില്ലെന്നും ചതിയനാണെന്നുമൊക്കെ പറഞ്ഞ് നട ന്നിരുന്നു. ഇക്കാര്യം ചിലർ എന്നോടും സൂചിപ്പിച്ചിരുന്നു. സ്റ്റീഫന്റെ പരി ഭവം തീർക്കാനെന്ന മട്ടിൽ മിക്കവാറും എല്ലാ ഷോകളിലും പാർട്ണറായി സംഘാടകരോട് ബാലു നിർദ്ദേശിച്ചിരുന്നത് സ്റ്റീഫന്റെ പേരായിരുന്നു.

കൊച്ചിയിൽ ഒരു പരിപാടിക്കിടെ ബിഗ് ബാന്റിലെ അംഗങ്ങളെ ല്ലാവരും കൂടി ബാലുവിനെ ഉപേക്ഷിച്ച് പോകുമെന്ന് പറഞ്ഞിരുന്നു. അതിന് മുമ്പ് കൺഫ്യൂഷൻ ടീമിലെ ചിലർ ചേർന്ന് പുതിയ ടീം രൂപീ കരിക്കാൻ ഒരുങ്ങിയിരുന്നു. ഇതിനൊക്കെ കാരണമുണ്ടെന്ന് പറഞ്ഞാലും ഇങ്ങനെ പിരിഞ്ഞു പോകൽ പ്രഖ്യാപിച്ചവരെയും പുതിയ ടീം പ്രഖ്യാപിക്കാനൊരുങ്ങിയവരെയും ബാലു വീണ്ടും തന്റെ കുടക്കീഴി ലെത്തിച്ചിരുന്നു. പിണക്കം വേഗം മറന്ന് സുഹൃത്തുക്കളോട് ഇണങ്ങു ന്നവനായിരുന്നു ബാലുവെന്ന് തെളിയിക്കുന്ന സംഭവങ്ങളായിരുന്നു

ഇതൊക്കെ. ബാലുവിനുള്ളിലെ സ്നേഹം വൈകിയാണെങ്കിലും ഇവരൊക്കെ അംഗീകരിച്ചിരുന്നു.

ബാലുവിനെ ട്യൂഷൻ പഠിപ്പിച്ചിരുന്ന വിജയമോഹൻ എന്നൊരു അദ്ധ്യാപകനെക്കുറിച്ച് ബാലു എപ്പോഴും പറയുമായിരുന്നു. വിജയമോഹൻ സാറാണ് ബാലുവിന്റെ വിവാഹം രജിസ്റ്റർ ചെയ്യാനൊക്കെ സഹായിച്ചത്. പൂജപ്പുരയിലെ വാടക വീട് ലഭിക്കുന്നതുവരെ ബാലു വിജയമോഹൻ സാറിന്റെ വീട്ടിലൊക്കെ താമസിച്ചിരുന്നു, നല്ല ഊഷ്മള സൗഹൃദമായിരുന്നു. എന്നാൽ കുറച്ചുകാലം കഴിഞ്ഞ് ബാലുവിന് തിരക്ക് കൂടിയതോടെ എല്ലാ സൗഹൃദങ്ങളും ഒരുപോലെ കൊണ്ടുനടക്കാൻ കഴിഞ്ഞിരുന്നില്ല. അതിൽ പരിഭവിച്ച് വിജയമോഹൻ സാർ എന്നോട് ബാലുവിനെക്കുറിച്ച് ഒരിക്കൽ പരാതി പറഞ്ഞിരുന്നു, ബാലുവിന് തിരക്കാണെന്നും ഞങ്ങൾ തമ്മിൽ ഇടയ്ക്ക് കാണുമ്പോൾ വിജയമോഹൻ സാറിന്റെ കാര്യം ബാലു തിരക്കാറുണ്ടെന്നും പറഞ്ഞിരുന്നു. എന്നാൽ വിജയമോഹൻ സാർ അവനെ നേരിട്ട് കാണാൻ ശ്രമിക്കുകയോ വിളിക്കുകയോ ചെയ്തിരുന്നില്ല. ഒഴിഞ്ഞ് മാറി നടന്ന അദ്ദേഹം ബാലുവും ലക്ഷ്മിയും വിവാഹ രജിസ്റ്റർ ഒപ്പിടുന്ന ചിത്രം വളരെ ആവേശത്തോടെ അനവസരത്തിൽ പ്രചരിപ്പിക്കുകയും ചെയ്തു.

ചിലപ്പോൾ എന്തെങ്കിലും ചെയ്യുന്നതിന് മുമ്പ് മിനിമം നൂറുപേരോട് ബാലു അഭിപ്രായം ചോദിക്കും. എന്നിട്ട് ഉപദേശങ്ങളൊക്കെ മറന്ന് മുതലയുടെ വായിൽ കൈകൊണ്ട് വയ്ക്കും, ചിലപ്പോൾ തല തന്നെ വയ്ക്കും. പുകഴ്ത്തുന്നവരുടെയും സമ്മാനങ്ങളുടെ മഴ ചൊരിയുന്നവരുടെയും മനസ്സിലിരിപ്പ് മനസ്സിലാക്കാൻ ബാലുവിന് പലപ്പോഴും കഴിഞ്ഞിരുന്നില്ല. അതായിരുന്നു സൗഹൃദങ്ങളുടെ കാര്യത്തിൽ ബാലുവിനുള്ള ബലഹീനത. ശരിക്കും സഞ്ചരിക്കുന്ന ആൾക്കൂട്ടമായിരുന്നു അവൻ. സൗഹൃദങ്ങളുടെ കടലും.

വിട്ടുവീഴ്ചയ്ക്കില്ലാത്ത സംഗീത സംവിധായകൻ

ഗായിക സുജാത ബാലുവിനെക്കുറിച്ച് പറഞ്ഞത് ഓർമ്മയിൽ വരുന്നു. 'സംഗീതത്തിൽ ഒരു വിട്ടുവീഴ്ചയ്ക്കും തയ്യാറാകാത്ത സംഗീത സംവിധായകനായിരുന്നു ബാലു'വെന്നാണ് സുജാത പറഞ്ഞത്. ബാലു അങ്ങനെയായിരുന്നു. മൂന്നാം വയസ്സുമുതൽ അവൻ നാദോപാസകനായിരുന്നു. പരീക്ഷണങ്ങൾക്ക് എത്രവേണമെങ്കിലും വഴങ്ങുന്നതായിരുന്നു അവന്റെ ഹൃദയത്തിലെ സംഗീതം. വയലിനിൽത്തന്നെ എത്രയെത്ര പരീക്ഷണമാണ് അവൻ നടത്തിയത്. കർണാടക സംഗീതവും പാശ്ചാത്യ സംഗീതവും അവൻ ചേർത്തുവച്ചു. ശരീരത്തിലെ ഒരവയവമെന്നപോലെ നെഞ്ചോട് ചേർത്തു പിടിച്ച വയലിൻ അവനിലെ നാദോപാസകനെ ലോകത്തിന് കാട്ടിക്കൊടുത്തു.

അവനുമൊത്ത് യാത്ര ചെയ്യുമ്പോഴും, താമസിക്കേണ്ടി വരുമ്പോഴും വയലിൻ പരിശീലനത്തിൽ അവൻ കാട്ടുന്ന കൃത്യനിഷ്ഠ നേരിട്ട് മനസ്സിലാക്കാൻ കഴിഞ്ഞിരുന്നു. രാത്രി എത്ര വൈകിയാണ് ഉറങ്ങുന്നതെങ്കിലും അതിരാവിലെ ഉണരും. പ്രഭാതകൃത്യങ്ങളൊക്കെ കഴിഞ്ഞ് ഈറനോടെ ലളിതാസഹസ്രനാമം ചൊല്ലും. അതായിരുന്നു അവന്റെ പ്രാർത്ഥന, പിന്നീടുള്ള മണിക്കൂറുകൾ വയലിൻ പരിശീലിക്കും. അതായിരുന്നു രീതി. കൊച്ചിയിലും തൃശൂരിലുമൊക്കെ ഞങ്ങൾ ഒരുമിച്ച് താമസിക്കുമ്പോൾ ഇതായിരുന്നു പതിവ്. പിന്നീടാകും സ്റ്റുഡിയോയിലേക്ക് പോകുന്നത്.

കൺഫ്യൂഷൻ ടീമിന്റെ പരിശീലനത്തിന് വൈകിയെത്തുന്നവരെ അവൻ എന്തൊക്കെയാണ് പറയുകയെന്ന് അവനുപോലും ചിന്തിക്കാൻ കഴിയില്ല. പാടാൻ ബൂത്തിൽ കയറിയ ഇഷാൻ ദേവിനെയൊക്കെ ശരിക്ക് പാടാത്തതുകൊണ്ട് മാത്രം എത്ര തവണ ശാസിച്ചിരിക്കുന്നു. ചിലപ്പോൾ പാട്ടിലെ പ്രയാസകരമായ ഭാഗങ്ങൾ അവൻ തന്നെ പാടുകയും ചെയ്തിരുന്നു. പരിശീലനത്തിലും പരിശീലിപ്പിക്കലിനും അവൻ നല്ല പ്രാധാന്യം കൊടുത്തിരുന്നു. അതുകൊണ്ട് തന്നെയാകണം അവനിൽ നിന്ന് നേരിട്ട്

പരിശീലനം ലഭിച്ചവർ അതാത് മേഖലയിൽ മിടുക്കന്മാരായത്. ബിഗ് ബാന്റ് കൂടിച്ചേരലുകളിലും ബാലുവിന്റെ സംഗീതത്തോടുള്ള പിടിവാശി പലപ്പോഴും ചർച്ച ചെയ്യപ്പെട്ടിരുന്നു.

ഈ വിട്ടുവീഴ്ചയില്ലായ്മ നിരവധി തവണ അവനുതന്നെ കെണിയായും വന്നിട്ടുണ്ട്, *കണ്ണാടിക്കടവത്ത്* സിനിമയുടെ പാട്ടുകൾ റിക്കോർഡ് ചെയ്യുന്നതിനിടെ ഒരു പ്രശസ്ത ഗായകനുമായുണ്ടായ വാക്കേറ്റം കൈയേറ്റം വരെ നീണ്ടുവെന്ന് അവൻ തന്നെ എന്നോട് പറഞ്ഞിട്ടുണ്ട്. കൂടാതെ ഈസ്റ്റ്കോസ്റ്റിന്റെ 'നിനക്കായ്' 'ആദ്യമായ്' എന്നീ ആൽബങ്ങൾ ചിട്ടപ്പെടുത്തുമ്പോഴും ഇത്തരം പ്രശ്നങ്ങൾ ഉടലെടുത്തിരുന്നു.

ഈസ്റ്റ് കോസ്റ്റ് വിജയൻ സാറിന്റെ കവിതകൾക്ക് മൂന്നോ നാലോ പേജ് ദൈർഘ്യമുണ്ടാകും. ഇത് മുഴുവൻ വായിച്ച് ആവശ്യമുള്ള വരികൾ കണ്ടെത്തി എഡിറ്റ് ചെയ്തുവേണം സംഗീതം നല്കാൻ. ആ കാസറ്റിലെ ഹിറ്റ് പാട്ടുകളിലൊക്കെ ബാലുവിന്റെ എഡിറ്റിങ് മികവ് ആസ്വദിക്കാൻ കഴിയും. എഴുതിയ വ്യക്തിക്കുപോലും പിടികൊടുക്കാത്ത വിധമായിരുന്നു എഡിറ്റിങ്.

വരികളാണോ സംഗീതമാണോ പാട്ടിനെ മികച്ചതാക്കിയതെന്ന തർക്കവും അക്കാലത്ത് നിലനിന്നിരുന്നു. ഇക്കാര്യത്തിൽ വിജയൻ സാറും ബാലുവും തർക്കിക്കുമ്പോൾ ഇപ്പോ അടി നടക്കുമെന്ന് വരെ തോന്നിപ്പോകും. എന്തായാലും രണ്ട് കാസറ്റുകൾ ഹിറ്റാക്കിയ സംഗീത സംവിധായകനെ പിന്നീടിറങ്ങിയ ആൽബത്തിൽനിന്ന് ഈസ്റ്റ്കോസ്റ്റ് കമ്പനി ഒഴിവാക്കിയതിന് ഇതും കാരണമാണെന്ന് അവൻ വിശ്വസിച്ചിരുന്നു.

ചിത്രം വാരികയിൽനിന്ന് ഈസ്റ്റ്കോസ്റ്റിലെത്തിയ അജിത്തേട്ടനാണ് ബാലുവിന്റെ പിടിവാശികൾക്കും കലഹത്തിനും ഏറ്റവും കൂടുതൽ സാക്ഷിയായിട്ടുള്ളതെന്ന് ഉറപ്പിച്ച് പറയാം. പലപ്പോഴും മദ്ധ്യസ്ഥന്റെ

റോളിൽ നില്ക്കുന്ന അജിത്തേട്ടനോടും അവൻ പിണങ്ങും. എങ്കിലും വേഗം രണ്ടുപേരും ഇണങ്ങും. അതിന് അജിത്തേട്ടൻ പറയുന്ന ന്യായം ഇതാണ്. അവനോട് എത്ര പിണങ്ങിയിരുന്നാലും അവൻ ഈണമിട്ട അയ്യപ്പഭക്തിഗാനം കേട്ടാണ് എന്നും ഉറക്കമുണരുന്നത്. എന്നും വിളിച്ചുണർത്തുന്ന സംഗീതം സൃഷ്ടിച്ചവനോട് എങ്ങനെ പിണങ്ങാനാകുമെന്നാണ്. ഇക്കാര്യം അവനോട് അജിത്തേട്ടൻ പറയുമ്പോഴൊക്കെ 'അണ്ണാ'.. എന്ന് നീട്ടി വിളിച്ച് അവൻ കൊച്ചുകുട്ടിയാകും. 'ബാലലീല' മ്യൂസിക് സ്റ്റുഡിയോ ഉദ്ഘാടനത്തിന് ബാലു ക്ഷണിച്ച ചുരുക്കം ചില വ്യക്തികളിൽ ഒരാൾ അജിത്തേട്ടനായിരുന്നു. കൂടാതെ ബാലു ട്രാക്ക് പാടിയ വലിയ ഒരു ശേഖരം തന്നെ അജിത്തേട്ടൻ നിധി പോലെ സൂക്ഷിക്കുന്നുണ്ട്.

ടെലിവിഷൻ പരമ്പരകൾക്ക് പശ്ചാത്തലസംഗീതം കൊടുക്കാൻ തീരുമാനിച്ച് മുന്നോട്ട് പോയെങ്കിലും സംഗീതത്തിലെ പിടിവാശി മുന്നോട്ട് പോക്കിനെ തടസ്സപ്പെടുത്തിയിരുന്നു. സിനിമകൾ കൂടുതൽ ചെയ്യാൻ ശ്രമിക്കാത്തതിന് അവൻ പറയുന്ന ന്യായീകരണവും ഈ പിടിവാശിയെക്കുറിച്ചാണ്.

സിനിമയിൽ നിരവധി പേരുടെ ഇഷ്ടവും നിർദ്ദേശവും പാലിച്ചാകണം സംഗീത സംവിധാനം നിർവ്വഹിക്കാൻ, കൂടാതെ കൃത്യസമയത്തിനുള്ളിൽ തീർത്തുകൊടുക്കുകയും വേണം. ഇത് രണ്ടും ബാലുവിനെ കൊണ്ട് നടപ്പുള്ള കാര്യമല്ല. അതുകൊണ്ട് അത്രയും അടുപ്പവും സ്വാതന്ത്ര്യവും ഉള്ളവർ വിളിച്ചാൽ സിനിമ ചെയ്യാമെന്ന് അവൻ തീരുമാനിച്ചിരുന്നു. സംഗീത രംഗത്ത് ശത്രുക്കളെ മുട്ടി നടക്കാൻ കഴിയാത്ത അവസ്ഥ സൃഷ്ടിക്കുന്നതിനോടും അവന് യോജിപ്പുണ്ടായിരുന്നില്ല.

ഇരുപതോളം ചെറുതും വലുതുമായ സിനിമകൾക്ക് പാട്ടെഴുതിയെങ്കിലും അവനുമൊത്ത് സിനിമയിൽ ഒരുമിക്കാൻ എനിക്ക് കഴിഞ്ഞിരുന്നില്ല. 2018 ആദ്യ മാസങ്ങളിൽ കാതലുള്ള ഒരു സിനിമയ്ക്ക് പാട്ടെഴുതാനുള്ള അവസരം എന്നെ തേടിയെത്തി. കഥ കേട്ടപ്പോൾ ബാലുവിന് ഇഷ്ടമാകുമെന്ന് ഉറപ്പിക്കുകയും ചെയ്തു. അങ്ങനെ സംവിധായകനോട് പാട്ട് ബാലു ചിട്ടപ്പെടുത്തുമെന്ന് ഞാൻ ഉറപ്പ് പറഞ്ഞു. (ബാലുവിനോട് ചോദിക്കാതെയാണ് ഈ ഉറപ്പ് കൊടുത്തത്)അവനെ വിളിച്ച് കാര്യം പറഞ്ഞു. കഥ കേട്ട് അവൻ പറഞ്ഞത് ഇത് നാഷണൽ അവാർഡ് നേടുമെന്നാണ്. അത്ര തീവ്രമായിരുന്നു ആ കഥ. സംവിധായകനുമായി അവൻ സംസാരിച്ച് പശ്ചാത്തലസംഗീതം കൂടി ചെയ്യാമെന്ന് ഏല്ക്കുകയും ചെയ്തു. തീർത്തും സൗജന്യമായാണ് ഈ ധാരണയിലെത്തിയതെന്നാണ് ബാലു എന്നോട് പറഞ്ഞത്. എന്നാൽ നിർഭാഗ്യംകൊണ്ട് മാത്രം ആ സിനിമയിൽ ഒരുമിക്കാൻ ഞങ്ങൾക്ക് കഴിയാതെ പോയി.

ഐ അയ്യർ അയ്യങ്കാർ (പേര് പിന്നീട് മാറ്റിയിരുന്നു) എന്ന ചിത്രത്തിൽ പാട്ടെഴുതാൻ അവൻ വിളിച്ചത് അപ്രതീക്ഷിതമായിട്ടാണ്. 'എടാ നമുക്കൊരുമിക്കാൻ ദൈവം വഴി തുറന്നു'വെന്ന മട്ടിലാണ് അവൻ വിളിച്ചത്.

പിറ്റേന്ന് തന്നെ ഞാൻ 'ഹിരൺമയ'യിലെ 'ബാലലീല'യിൽ എത്തുകയും ചെയ്തു. ഒരു പകൽ നേരംകൊണ്ട് മനോഹരമായ ഒരു പാട്ട്

സംഗീതം ചെയ്യുക മാത്രമല്ല പാട്ടെഴുതി, പാടി റെക്കോർഡ് ചെയ്യുകയും ചെയ്തു. അന്ന് അവൻ വളരെ സന്തുഷ്ടനായിരുന്നു. ശരിക്കും ഞങ്ങൾ വീണ്ടും പ്രീഡിഗ്രി കാലത്തേക്ക് പോയപോലെ തോന്നിയിരുന്നു. ആ പാട്ട് അവൻ പാടിയത് റെക്കോർഡ് ചെയ്തതും ഞാനായിരുന്നു.

എന്റെ ജോലിയുമായി ബന്ധപ്പെട്ട തിരക്കുകളുടെ നടുവിലിരുന്നാകും പലപ്പോഴും ഞാൻ അവന്റെ സംഗീതത്തിനൊത്ത് പാട്ടുകളെഴുതുക. 'ആടിവാ കാറ്റേ' എന്ന ഗാനമെഴുതിയത് ജോലിയൊക്കെ കഴിഞ്ഞ് എം വി ഉണ്ണികൃഷ്ണന്റെ വീട്ടിലിരുന്നാണ്. 'നിറപറ ഓണപ്പാട്ടും ക്രിസ്തീയ ഭക്തി ഗാനവും' എഴുതിയത് കൊച്ചിയിലെ ലോഡ്ജിലിരുന്നാണ്. പുകവലിക്കെതിരെയുള്ള ജിംഗിൾ എഴുതിയത് ഫോണിന്റെ ഇരുപുറമിരുന്നാണ്. 'ഇനിയെന്ന് നീയെൻ അരികിൽ വരു'മെന്ന പാട്ടെഴുതിയത് ഓണം വാരാഘോഷത്തിനിടെ സി കെ ജാനുവിന്റെ ഗോത്രമഹാസഭയുടെ സമരം സംഘർഷത്തിൽ കലാശിച്ച തിരുവനന്തപുരത്ത് സെക്രട്ടേറിയേറ്റിനുമുന്നിൽ വച്ചായിരുന്നു. അവൻ മൂളിയാൽ അതിനുള്ളിലെ കവിത മോഷ്ടിക്കാനുള്ള കഴിവ് ഞാൻ സ്വായത്തമാക്കിയിരുന്നതുകൊണ്ട് മാത്രമാണ് ഇതൊക്കെ സാദ്ധ്യമായത്. ചിലപ്പോഴൊക്കെ സ്റ്റുഡിയോയിൽ നിന്ന് വിളിക്കും എടാ ആ വരിയിൽ ഈ വാക്ക് ചേരുന്നില്ലെന്നാകും പറയുക.. ഒരു പത്ത് വാക്ക് അതേ മീറ്ററിൽ അങ്ങോട്ട് പറഞ്ഞുകൊടുക്കും. അതിൽനിന്ന് വാക്ക് സെലക്ട് ചെയ്ത് അവൻ പാട്ട് ഫില്ല് ചെയ്യും.

2017 ൽ അവൻ അയച്ചു തന്നെ അയ്യപ്പ ഭക്തിഗാനത്തിന് വരികളെഴുതാൻ ഒരുമിച്ചിരിക്കണമെന്ന എന്റെ പിടിവാശി അവൻ അംഗീകരിച്ചിരുന്നു. വളരെ വേഗം എഴുതാവുന്ന ഒരു മ്യൂസിക് നോട്ടാണ് അവൻ അയച്ചു തന്നത്. എന്നാൽ ആദ്യകാലത്ത് അവന്റെ അയ്യപ്പ ഭക്തിഗാനങ്ങൾക്ക് ഡമ്മി എഴുതി ശീലമുള്ള എനിക്ക് അവനൊപ്പമിരുന്ന് പാട്ടെഴുതണമെന്ന് ആഗ്രഹമുണ്ടായിരുന്നു. ഇക്കാര്യം അവനോട് പറഞ്ഞതുകൊണ്ടാകണം 'എന്നാൽ ഒരുമിച്ചിരിക്കാം' എന്ന് അവൻ ഏറ്റത്. (അവനോടൊപ്പം ഇരുന്ന് പാട്ടെഴുതുമ്പോൾ നിറയെ പഠിക്കാൻ കഴിയും, പാട്ട് തുടങ്ങുമ്പോൾ അവശ്യം വേണ്ട പുതുമ, ലാളിത്യം, അർത്ഥഭംഗി, പാട്ടിനുള്ളിലെ കവിത ഇതൊക്കെ മിക്കവാറും തമിഴ് പാട്ടുകൾ റെഫർ ചെയ്താകും അവൻ പറഞ്ഞ് തരുന്നത്)എന്നാൽ വിധി എനിക്ക് അനുകൂലമായിരുന്നില്ല.

ആ സംഗീതം എന്റെ ഹൃദയത്തെ വല്ലാതെ കീറിമുറിക്കുന്നുണ്ടിപ്പോൾ. സംഗീതത്തിലും കവിതയിലും ഒരു വിട്ടുവീഴ്ചയ്ക്കും തയ്യാറാകാത്തവൻ എങ്ങനെയാണ് എന്നിലെ കവിയെയും കവിതയെയും അംഗീകരിച്ചിരുന്നതെന്ന് എനിക്കിപ്പോഴും മനസ്സിലായിട്ടില്ല. ഞാനെഴുതിയതൊക്കെ അവനെ തൃപ്തിപ്പെടുത്തുന്ന വരികളായിരുന്നോ എന്ന് നിശ്ചയവുമില്ല. എന്നാൽ ഒന്നുറപ്പിച്ച് പറയാം, അവന്റെ സംഗീതത്തിനനുസരിച്ച് ഞാനെഴുതിയ പാട്ടുകളൊക്കെ ശ്രദ്ധിക്കപ്പെട്ടിരുന്നു.

കൂടിക്കാഴ്ചകൾ

പഠനകാര്യങ്ങളിൽ ഉഴപ്പനാണെന്ന് തോന്നുമെങ്കിലും അവൻ പഠിക്കാൻ മിടുക്കനായിരുന്നു. എല്ലാ ക്ലാസുകളിലും അദ്ധ്യാപകരുടെയും സഹപാഠികളുടെയും പ്രിയപ്പെട്ട വിദ്യാർത്ഥിയും കൂട്ടുകാരനും. സ്കൂളിലാണെങ്കിലും കോളേജിലാണെങ്കിലും അവൻ നല്ല ശ്രോതാവുകൂടിയായിരുന്നു. മിക്കവാറും ക്ലാസിൽ കയറിയില്ലെങ്കിലും പാഠഭാഗങ്ങൾ എങ്ങനെയും കൃത്യമായി പഠിച്ചിരിക്കും. സ്കൂൾ കാലത്ത് നഷ്ടമാകുന്ന പാഠഭാഗങ്ങൾ അമ്മ ശാന്തകുമാരി മറ്റ് കുട്ടികളിൽനിന്ന് നോട്ട് വാങ്ങി എഴുതിയെടുക്കും, ബാലു പഠിച്ച് തീർക്കും. അതുകൊണ്ടാണ് പത്താം ക്ലാസിൽ 525 മാർക്ക് കിട്ടിയത്. സംഗീത പാഠങ്ങൾ പഠിക്കുന്നതിൽ അവന് ഉഴപ്പ് തീരെ ഉണ്ടായിരുന്നില്ല. പാട്ടുകൾ കേൾക്കുന്നതുപോലും അതീവ ശ്രദ്ധയോടെയാണ്.

പഠനകാലം കഴിഞ്ഞുള്ള ഞങ്ങളുടെ കൂടിക്കാഴ്ചകളെല്ലാം പാട്ടെഴുത്തിനോ ജീവിതത്തിലെ സുപ്രധാനങ്ങളായ എന്തെങ്കിലും വഴിത്തിരിവിനെക്കുറിച്ച് പറയാനോ ആലോചിക്കാനോ ആയിരുന്നു. ഇടയ്ക്ക് എന്റെ വഴിതെറ്റൽ ഒന്ന് കൊണ്ട് മാത്രം നാലുവർഷത്തോളം അവൻ എന്നോട് മിണ്ടാതിരുന്നു. *മനോരമന്യൂസി*ലെ ജോലി ഉപേക്ഷിച്ചതും മദ്യത്തിൽ ആറാടിയതും അവനു തീരെ ഇഷ്ടമായിരുന്നില്ല. അതായിരുന്നു പിണക്കത്തിന് കാരണമെന്ന് അവൻ തന്നെ എന്നോട് പറയുകയും ചെയ്തിരുന്നു. (ആ നാലുകൊല്ലം കൂട്ടുകാരിൽ മിക്കവരും എന്നോട് പിണങ്ങിയിരുന്നു)

ജോൺ ബ്രിട്ടാസുമൊത്തുള്ള അഭിമുഖം ടി വിയിൽ സംപ്രേഷണം ചെയ്ത ദിവസമാണ് ഏറെക്കാലത്തിനുശേഷം ബാലു എന്നെ വിളിക്കുന്നത്. 'നീ എവിടെ'യാണെന്നായിരുന്നു അന്വേഷണം. റിപ്പോർട്ടർ ടി വിയിൽ കൊച്ചിയിലുണ്ടെന്ന് പറഞ്ഞതോടെ ഇനി കൊച്ചിയിൽ വരുമ്പോൾ കാണാമെന്ന് അവൻ ഏറ്റു. കൂടാതെ എന്തെങ്കിലും ചെയ്തിട്ട്

കുറെക്കാലമായെന്നും ഇക്കൊല്ലം എന്തെങ്കിലും ചെയ്യണമെന്നും അവൻ ഓർമ്മിപ്പിച്ചു. അങ്ങനെയാണ് ഓണപ്പാട്ട് ചെയ്യാൻ പെട്ടെന്ന് തീരുമാനിച്ചത്.

തിരുവനന്തപുരത്ത് ഹിരൺമയയിലെ ബാലലീലയിൽ ബാലുവിന്റെ ടീമിലെ എബിയും ഉള്ളപ്പോഴാണ് ഓണപ്പാട്ടിന്റെ പല്ലവിയും അനുപല്ലവിയും എഴുതിത്തീർത്തത്. ചരണം കൊച്ചിയിലിരുന്ന് എഴുതി ബാലുവിന് അയച്ചു കൊടുക്കുകയായിരുന്നു. അക്കൊല്ലം ക്രിസ്തുമസിനും ബാലു പാട്ട് ചെയ്തിരുന്നു. പക്ഷേ, ഞാനെഴുതിയതും അവൻ സംഗീതം ചെയ്തതും കേട്ടുകഴിഞ്ഞാൽ ഈസ്റ്റർ പാട്ടാണെന്ന് തോന്നും. അത്രയ്ക്ക് ദുഃഖസാന്ദ്രമായിരുന്നു ആ പാട്ട്.

തിരക്കൊഴിയുമ്പോൾ വീണ്ടും എന്തെങ്കിലുമൊക്കെ ചെയ്യാം എന്ന് പറഞ്ഞ് വീണ്ടും രണ്ട് വഴിക്ക് ഞങ്ങൾ പോയി. എങ്കിലും ഇടയ്ക്കിടെ വിളിക്കുകയും വിശേഷങ്ങൾ പങ്കുവയ്ക്കുകയും ചെയ്യുക പതിവായിരുന്നു.

അപ്രതീക്ഷിതമായിട്ടാണ് അവൻ വിളിക്കുക. ഒരു ദിവസം 'നീ എവിടെ ഉണ്ടെന്ന' ചോദ്യത്തോടെയാണ് ഫോൺ സംഭാഷണം തുടങ്ങിയത്. തിരുവനന്തപുരത്ത് ഉണ്ടെന്ന് അറിയിച്ചതോടെ 'നന്നായെന്നും ഇന്ന് വൈകുന്നേരം കാണണ'മെന്നും അവൻ പറഞ്ഞു. അങ്ങനെയാണ് ഏറെക്കാലത്തിനുശേഷം യൂണിവേഴ്സിറ്റി കോളേജിനു മുന്നിലെത്തിയത്. സാഫല്യത്തിന്റെ പാർക്കിങ് ഗ്രൗണ്ടിൽ കാർ പാർക്ക് ചെയ്ത ശേഷം ആലിംഗനം ചെയ്ത് വിശേഷം തിരക്കി, ആദ്യം അവന്റെ വക കുറെ ഉപദേശങ്ങളുണ്ടാകും, അത് എപ്പോഴും അങ്ങനെയാണ്. എല്ലാം തലകുലുക്കി സമ്മതിച്ചാൽ മതി, അനുസരിക്കണമെന്ന് അവന് യാതൊരു നിർബ്ബന്ധവുമില്ല, വീട് വയ്ക്കണം, കല്യാണം കഴിക്കണം, കാർ എപ്പോഴാണ് വാങ്ങുക എന്നിങ്ങനെയാണ് അവന്റെ ഉപദേശങ്ങളും വിശേഷം തിരക്കലും നീളുന്നത്. ഉപദേശം കഴിഞ്ഞാണ് അവൻ എന്നെ കാണാൻ ആഗ്രഹിച്ചതിനു പിന്നിലെ കാരണം നിരത്തിയത്. സിനിമ ചെയ്യണമെന്നായിരുന്നു ആ കൂടിക്കാഴ്ചയിൽ അവൻ പ്രധാനമായും പറഞ്ഞത്.

ബാലുവിന്റെ സിനിമയ്ക്ക് വേണ്ടി എഴുതാൻ ഇരുപത് ദിവസം അവധിയെടുക്കാമെന്ന് ഞാനേറ്റു, 'ഇരുപതു ദിവസമോ'? എന്നായിരുന്നു അവന്റെ ചോദ്യം. 'എടാ അതിൽ കൂടുതൽ ലീവെടുത്താൽ പട്ടിണിയാകും വീണ്ടും. കൂടാതെ ഓഫീസിലെ ആളും ബഹളവുമല്ലാതെ മറ്റൊരു ജീവിതം എനിക്കില്ല. ഓഫീസ് സമയം കഴിഞ്ഞൽ പിന്നെ ലോഡ്ജിലെ മരവിപ്പിലേക്ക് കൂപ്പ് കുത്തണം. അതുകൊണ്ടാണെടാ' എന്ന് പറഞ്ഞയുടനെ 'നീ ജോലി ഉപേക്ഷിച്ച് കൂടെ വാ, നമുക്ക് എന്തെങ്കിലുമൊക്കെ ചെയ്യാം' എന്നായി അവന്റെ ആവശ്യം. 'ഇപ്പൊ ജോലി ഉപേക്ഷിക്കുന്നില്ലെന്ന്' പറഞ്ഞ് അവന്റെ ആവശ്യത്തിൽ നിന്നൊഴിഞ്ഞു. പക്ഷേ, സിനിമ ഞാനെഴുതുമെന്ന് വാശി പിടിക്കുകയും ചെയ്തു.

പിന്നെ വെറുതെ നടക്കാമെന്ന് പറഞ്ഞ് പുളിമൂട്ടിലേക്ക് നടന്നു. ഇതിനിടെ നിറയെ ആരാധകർ അവനെ കാണുകയും അവനൊപ്പം സെൽഫിയെടുക്കുകയും ചെയ്തു. അവർക്കെല്ലാം എന്നെ പരിചയപ്പെടുത്തുകയും

ചെയ്തു. നടത്തത്തിനിടയിൽ പാട്ടുകളെക്കുറിച്ചും കോളേജ് കാലത്തെക്കുറിച്ചും ഞങ്ങളിരുവരും വാചാലരായി.

അന്നാണ് ഒരു മുന്തിയ തുണിക്കടയിൽ അവസാനമായി അവനൊപ്പം ഞാൻ കയറിയത്. ഏറെ കാലത്തിനുശേഷം അവന് ഒരു ഷർട്ട് ഞാൻ സെലക്ട് ചെയ്തു കൊടുത്തു. ഒന്നും വേണ്ടെന്ന് പല ആവർത്തി പറഞ്ഞിട്ടും ഒരു ടീ ഷർട്ട് അവൻ എനിക്ക് വാങ്ങിത്തന്നു. 'ഇനിയെങ്കിലും നീ കുറെ മോഡേണാകണമെന്ന്' വീണ്ടും ഉപദേശിക്കുകയും ചെയ്തു. തട്ടുകടയിൽനിന്ന് ചായ കുടിച്ചു. അന്ന് ഞാൻ ചായയ്ക്ക് കാശ് കൊടുത്തു. അതുകണ്ട് 'എന്താടെ ഇതെന്ന്' അവൻ ചോദിക്കുകയും ചെയ്തു. 'ടാ നീ എനിക്ക് ഭക്ഷണം വാങ്ങിത്തന്നതിന്റെ കണക്ക് നോക്കിയാൽ നിനക്ക് എന്തുമാത്രം ഞാൻ തിരികെ വാങ്ങിത്തരണം ബാലൂ.' എന്ന് ചോദിച്ച എന്നോട് 'പോടാ' എന്നായി അവൻ.

ഒരു ദിവസം നട്ടുച്ചയ്ക്കാണ് പുകവലിക്കെതിരെയുള്ള ജിംഗിളെഴുതാൻ വിളിച്ചത്. പ്രതിഫലം കിട്ടാത്ത എഴുത്താണെന്ന് ഓർമ്മിപ്പിച്ച അവനോട് പാട്ടെഴുതിത്തരാമെന്ന് പറഞ്ഞു. അവൻ ഏറെ താല്പര്യത്തോടെ വളരെ വേഗം ചെയ്തു തീർത്ത ഒരു ജിംഗിളായിരുന്നു. സാമൂഹിക പ്രസക്തമായ എന്ത് കാര്യത്തിനും അവൻ ഏറെ പ്രാധാന്യം കൊടുത്തിരുന്നു. പ്രതിഫലം അതിന് വിലങ്ങുതടി ആയിരുന്നില്ല. ഒരിക്കൽ ബി ദിലീപ് കുമാർ ചേട്ടൻ ഒരു ചാരിറ്റി പരിപാടിക്ക് ബാലുവിനെ എത്തിക്കാമോ എന്ന് ചോദിച്ചിരുന്നു. അശരണരും അനാഥരുമായ ഒരു കൂട്ടം മനുഷ്യർക്ക് നിന്റെ വയലിൻ ആസ്വദിക്കണമെന്ന് പറഞ്ഞപ്പൊഴേ അവൻ റെഡി. ദിവസവും സമയവും എല്ലാം ശരിയായിരുന്നു. എന്നാൽ ആ പരിപാടി നടന്നില്ല. ദിലീപ് ചേട്ടനും അതിൽ സങ്കടമുണ്ടായിരുന്നു. പിന്നീടൊരിക്കൽ ബാലു നടക്കാതെ പോയ പരിപാടിയെക്കുറിച്ച് പറയുകയും ഒരിക്കൽ നമുക്ക് അവിടെപ്പോയി എല്ലാവരെയും കാണണമെന്ന് പറയുകയും ചെയ്തിരുന്നു.

ഇതിനിടെയാണ് പെരുമ്പാവൂരിൽ ജിഷയെന്ന നിയമ വിദ്യാർത്ഥിനി കൊല്ലപ്പെട്ടത്. ക്രൈം ബുള്ളറ്റിൻ കൈകാര്യം ചെയ്യുന്നതുകൊണ്ട് ജിഷയുടെ പോസ്റ്റ്മോർട്ടം റിപ്പോർട്ട് ഞാൻ വിശദമായി പഠിച്ചിരുന്നു, പോരാത്തതിന് സഹിൻ ആന്റണിയുടെ വികാര തീവ്രമായ റിപ്പോർട്ടിങ്ങും. ശരിക്കും നെഞ്ച് പൊട്ടിപ്പോയ സംഭവം. ഞാനും ബാലുവും ജിഷയുടെ മരണത്തെക്കുറിച്ച് ധാരാളം സംസാരിച്ചു. മുപ്പതിലധികം മുറിവുകളേറ്റ് പിടഞ്ഞ് മരിച്ച ആ വിദ്യാർത്ഥിനിയെക്കുറിച്ച് ഞാൻ എന്തൊക്കെയോ കുത്തിക്കുറിച്ചു. എന്നിട്ട് ബാലുവിന് അയച്ചുകൊടുത്തു. ദുഃഖം സഹിക്കാൻ കഴിയുന്നില്ലെന്ന മുഖവുരയോടെയാണ് അത് ഞാൻ അവന് അയച്ചുകൊടുത്തത്. അവൻ അത് വായിച്ച ശേഷം അവന്റെ ഫേസ് ബുക്ക് പേജിൽ പോസ്റ്റ് ചെയ്തു. അതിന് കാരണം പറഞ്ഞത് ഇങ്ങനെയാണ്, സമൂഹത്തിന്റെ നന്മയ്ക്ക് വേണ്ടി ഇത്രയെങ്കിലും നമ്മളൊക്കെ ചെയ്യണം. ബാലു സാധാരണ മറ്റാരുടെയും സൃഷ്ടികളോ എഴുത്തുകളോ അവന്റെ പേജിൽ പോസ്റ്റ് ചെയ്യാറില്ലെന്ന് തിരിച്ചറിയുമ്പോഴാണ് എന്റെ എഴുത്തി

നോടെന്നതിലുപരി സാമൂഹികവിഷയങ്ങളിൽ അവൻ കാണിച്ച താല്പര്യം എത്ര വലുതായിരുന്നുവെന്ന് മനസ്സിലാവുക.

അവന് കുഞ്ഞ് ജനിക്കാൻ പോകുന്നുവെന്ന് എന്നെ വിളിച്ചറിയിച്ച ശേഷം ലക്ഷ്മിയുമൊത്ത് കൊച്ചിയിൽ എന്നെ കാണാൻ വന്നിരുന്നു. അന്ന് തിരുവനന്തപുരത്തേക്കുള്ള യാത്രയ്ക്കിടെ അവൻ ചോദിച്ച ഒരു ചോദ്യമുണ്ട്.

'അല്ല, ഞങ്ങളുടെ കല്യാണം കഴിഞ്ഞ് പത്ത് പതിനാറ് വർഷം കഴിഞ്ഞു, ഇതുവരെ കുട്ടി ഉണ്ടാകാത്തതെന്തേ എന്ന് നീ മാത്രം എന്തേ ചോദിക്കാത്തത്, 'അത് വളരെ സിംപിളാണെന്റെ ബാലൂ, സൗഹൃദം എന്ന് പറയുന്നത് സുഹൃത്തിനോട് എന്തും ചോദിക്കാനുള്ള ലൈസൻസാണെന്ന് ആരും പറഞ്ഞിട്ടില്ല. നിന്റെ ദുഃഖം എന്റെയും ദുഃഖമായിരുന്നു. അതുകൊണ്ട് അക്കാര്യം ചോദിച്ചില്ല. ഇനിയിപ്പോ നിനക്ക് കുഞ്ഞ് ജനിച്ചു കഴിഞ്ഞാൽ എന്നെ നോക്കാനും ആളായി, എന്റെ മറുപടി കേട്ട് ലക്ഷ്മിയും ബാലും പറഞ്ഞതാണ്, 'നീ ഞങ്ങളെ രണ്ടാളെയും ഒരു വഴിക്ക് ആക്കി, ഇനി കുഞ്ഞിനെക്കൂടി, വഴിതെറ്റിക്കാനാണോ നിന്റെ പ്ലാൻ..'

ആ യാത്രയ്ക്കിടെയാണ് ബിഗ് ബാന്റിന്റെ പുനരുദ്ധാരണത്തെക്കുറിച്ച് സംസാരിച്ചത്, അതിനെക്കുറിച്ച് പത്രങ്ങളിൽ ഫീച്ചർ ചെയ്യണം എന്ന് പറഞ്ഞത്, അത് നടക്കുകയും ചെയ്തു, *ഡെക്കാൺ ക്രോണിക്കലി*ലും *മലയാളമനോരമ*യിലുമൊക്കെ ഗംഭീര ഫീച്ചറുകളാണ് വന്നത്, മുസാഫിർ ചേട്ടനോടും രഞ്ജിത്ത് ചേട്ടനോടും അതിന് ഞാനും കടപ്പെട്ടിരിക്കുന്നു. ഫീച്ചറുകളൊക്കെ വരുന്നതിന് മുമ്പ് ബാന്റിന്റെ ലോഗോ ഡിസൈനുകളിൽ ചിലത് അയച്ചുതന്നു, അതിൽ എനിക്ക് കൂടി

ഇഷ്ടമുള്ള ലോഗോയാണ് അവൻ തിരഞ്ഞെടുത്തത് .

യാത്രയ്ക്കിടെ കൊട്ടിയത്തെ പതിവ് ഹോട്ടലിൽ ഇറങ്ങി ഭക്ഷണം കഴിച്ചു, അത് നോമ്പ് കാലമായിരുന്നതുകൊണ്ട് എന്റെ കഴിപ്പ് വെറും ചായയിൽ ഒതുങ്ങി, നിന്റെ സ്വഭാവം വല്ലാതെ മാറി, അച്ചടക്കമൊക്കെ വന്നു, എന്നായി പിന്നെ രണ്ടാളും, അന്ന് രാത്രി രണ്ടുപേരും എന്റെ വീട്ടിൽ വന്നു. അമ്മയേയും ആരോണിനെയും (അനിയത്തിയുടെ മകൻ) കണ്ടു. ബാലുവിനെ യാത്രയാക്കാൻ കാറുവരെ എന്നോടൊപ്പം വന്ന ആരോണിനോട് ഞങ്ങളെപ്പോലെ ആയിരിക്കണം കൂട്ടുകാരായാൽ എന്ന് പറഞ്ഞു. നന്നായി പഠിക്കണമെന്ന് ആരോണിനോട് പറഞ്ഞാണ് ബാലുവും ലക്ഷ്മിയും പിരിഞ്ഞത്.

പലപ്പോഴും വേദികളിൽ ഒപ്പം കയറാൻ അവൻ ആവശ്യപ്പെട്ടിട്ടുണ്ട്. ഒരിക്കലും ഞാൻ കയറിയിട്ടില്ല. അവൻ വേദിയിൽ നിറഞ്ഞ് നില്ക്കുന്നത് കൺകുളിർക്കെ കാണുക, അത് ആസ്വദിക്കുക അതായിരുന്നു എന്റെ ശീലം. അവന്റെ വിജയങ്ങളിലും നേട്ടങ്ങളിലും മതിമറന്ന് സന്തോഷിക്കുക അതായിരുന്നു എന്റെ രീതി. എന്റെ ആൾക്കൂട്ടവും ആരവങ്ങളും അവനിൽ മാത്രം ഒതുങ്ങിയിരുന്നു.

ഒടുവിൽ ഒരുമിച്ച് ആദരം ഏറ്റുവാങ്ങാൻ യൂണിവേഴ്സിറ്റി കോളേജിലെത്തിയപ്പോഴും അവന്റെ കുടയും പിടിച്ച് ഞാൻ പുറത്താണ് നിന്നത്. ജാസിച്ചേട്ടനും ഇഷാൻ ദേവുമൊത്ത് ബാലു ഫോട്ടോ എടുക്കുമ്പോഴും ഞാൻ കാഴ്ചക്കാരനായതേ ഉള്ളൂ. പരിപാടി കഴിഞ്ഞ് തിരികെ ഇറങ്ങിയ ബാലു എന്നോട് ആദ്യം ചോദിച്ചത് നീ എന്താ വേദിയിൽ വരാത്തതെന്നായിരുന്നു. പിന്നീട് തമ്പിയുമൊത്ത് ചായ കുടിക്കാൻ പോയത് കോരിച്ചൊരിയുന്ന മഴയിലായിരുന്നു. കരിക്കകം അമ്പലത്തിലേക്ക് തിരിക്കുന്നതിന് മുമ്പ് അനന്തമായ യാത്ര നടത്തുന്ന ഒരു വ്യക്തിയെക്കുറിച്ച് സ്ക്രിപ്റ്റ് ചെയ്യാൻ കഴിയുമോ എന്ന് ചോദിച്ചിരുന്നു. 'സസ്പെൻസ് ത്രില്ലറല്ലേ..' ഇപ്പോ ശരിയാക്കാം എന്ന് എന്റെ മറുപടി അവൻ വിശ്വസിച്ചിരുന്നോ എന്ന് എനിക്കറിയില്ല.

ഒരിക്കൽ ഞാൻ റിപ്പോർട്ടർ ടി വിയിലേക്ക് അവനെ വിളിച്ചുവരുത്തി അഭുമുഖത്തിനിരുത്തിയിരുന്നു. മീറ്റ് ദ എഡിറ്റേഴ്സ് എന്ന പരിപാടി. പ്രിയ സ്നേഹിതൻ കെ വി മധുവാണ് പ്രൊഡ്യൂസർ, മാധ്യമ രംഗത്ത് എക്കാലത്തെയും നന്മയുള്ള എന്റെ സ്നേഹിതൻ നിഷാദ് റാവുത്തറും മധുവുമാണ് ബാലുവുമായി അഭിമുഖം നടത്തുന്നത്. മധു പറഞ്ഞ് 'ജോയ് കൂടി ഇരിക്കെന്ന്,' ബാലുവും പറഞ്ഞ് 'നീ കൂടി ഇരിക്കെടാ' എന്ന്, അന്നും അവനൊപ്പം ക്യാമറയുടെ മുന്നിലെത്താൻ ഞാൻ തയ്യാറായില്ല. അവന്റെ 'പൂക്കളുടെ സംഭാഷണ'മെന്ന സംഗീത ശകലം ആദ്യമായി അന്നാണ് കേട്ടത്, വേദനിക്കുന്ന പൂവിന്റെ ഉള്ളറിഞ്ഞ ഞാൻ ആ അഭിമുഖം കേട്ടിരുന്നു.

ഒരുപക്ഷേ, അന്ന് അവനുമൊത്ത് ആ അഭിമുഖത്തിൽ പങ്കെടുത്തിരുന്നെങ്കിൽ പില്ക്കാലത്ത് അവനെ ഇന്റർവ്യൂ ചെയ്യണമെന്ന എന്റെ ആഗ്രഹം സഫലമാകുമായിരുന്നു.

അവൻ 'യാനി'യെ പോലെ വളർന്ന് പന്തലിച്ച ശേഷം അവനെ ഇന്റർവ്യൂ ചെയ്യണമെന്ന എന്റെ ആഗ്രഹം ഒരിക്കലും ഉണങ്ങാത്ത നീറുന്ന മുറിവായി അവശേഷിക്കുകയും ചെയ്യുന്നു.

റിപ്പോർട്ടർ ടി വിയുടെ പ്രധാന ഓഫീസ് കെട്ടിടം സ്ഥിതിചെയ്യുന്നത് ഏറ്റവും മനോഹരമായി പ്രകൃതി ഒരുക്കിയ കളമശ്ശേരിയിലെ ഒരു കുന്നിൻ താഴ്വരയിലാണ്, മീറ്റ് ദ എഡിറ്റേഴ്സ് കഴിഞ്ഞ് എം വി നികേഷിനെ കണ്ട് മാർ ഇവാനിയോസിൽ പഠിച്ച കാര്യമൊക്കെ ബാലു സംസാരിച്ചിരുന്നു. നികേഷ്കുമാറിനൊപ്പം കുറെക്കാലം ജോലി ചെയ്തിരുന്നിട്ടും അദ്ദേഹത്തിനുപോലും ബാലു പറയുന്നതുവരെ അറിയില്ലായിരുന്നു ബാലുവിന്റെ എഴുത്തുകാരൻ ഞാനാണെന്ന്.

ഓഫീസിൽനിന്ന് പുറത്തിറങ്ങിയ ശേഷം ബാലുവിന്റെ ആദ്യ ചോദ്യം ഇതായിരുന്നു. 'നീ ഇവിടെ ഇത്രയൊക്കെ ജോലി ചെയ്തിട്ടും നികേഷിന് നിന്നോട് പുച്ഛമാണല്ലോടാ' എന്നായിരുന്നു.

'നികേഷിന്റെ പുച്ഛം കാര്യമാക്കുന്നില്ലെന്നും അയാളാണ് രണ്ടാമത് അവസരമൊരുക്കി'യതെന്നും അവനോട് പറയുകയും ചെയ്തു. പാലക്കാടുള്ള ആയുർവ്വേദ ആശുപത്രിയായ 'പൂന്തോട്ട'ത്തിലെ ലത ചേച്ചിയുടെ മകൻ ജിഷ്ണുവുമൊത്താണ് ബാലു അന്ന് അവിടെ വന്നത്. യാത്ര പറയും മുമ്പ് ക്രിസ്തീയ ഗാനമെഴുതി തന്നതിനെന്നു പറഞ്ഞ് കുറച്ച് കാശ് എന്റെ പോക്കറ്റിൽ വച്ചു തന്നു. ബാക്കിയൊക്കെ പിന്നെ തരാമെന്ന് പറഞ്ഞാണ് അന്ന് പിരിഞ്ഞത്.

ഞങ്ങളുടെ കൂടിക്കാഴ്ചകളിലൊക്കെ ബാലുവിന്റെ അച്ഛനും അമ്മയും ചേച്ചിയും അമ്മാവനുമൊക്കെ കടന്നു വരിക പതിവാണ്. എപ്പോഴും വീട്ടുകാരെക്കുറിച്ച് കരുതലുള്ള മകനായിരുന്നു ബാലു. അവൻ വീട്ടുകാരെക്കുറിച്ച് പറയുന്നതുകേട്ട് നമ്മളാകെ അന്തിച്ചുപോകും. തിരക്കിനിടയിലും അമ്മയുടെയും അച്ഛന്റെയും വിശേഷങ്ങളറിയാനും അവരുടെ ആവശ്യങ്ങളറിഞ്ഞ് പ്രവർത്തിക്കാനും അവൻ സമയം കണ്ടെത്തിയിരുന്നു. എന്റെ അമ്മയെക്കുറിച്ചും അവൻ തിരക്കും. പഴയതുപോലെ എന്റെ വീട്ടിൽ വന്ന് കുറെ സമയം ഇരിക്കണമെന്നൊക്കെ പറഞ്ഞാകും കുടുംബ വിശേഷം പങ്കുവയ്ക്കൽ അവസാനിക്കുക. ഇതുപോലെ തന്നെയാണ് അവനെ സ്നേഹിച്ചിരുന്നവരുടെ വീട്ടിലുള്ളവർക്ക് അവനോടുള്ള ഇഷ്ടവും. ഒരിക്കൽ ഷാജന്റെ വീട്ടിൽ പോയ കാര്യവും അവിടെനിന്ന് ഭക്ഷണം കഴിച്ച കാര്യവും ബാലു പറഞ്ഞിരുന്നു.

എല്ലാവരേയും കരുതുകയും ഹൃദയത്തിൽ സൂക്ഷിക്കുകയും ചെയ്ത അവനെ കരുതലോടെ സൂക്ഷിക്കാൻ കഴിയാതെ പോയതിലുള്ള കുറ്റബോധം കൂട്ടുകാരനെന്ന നിലയിൽ എന്റെ പരാജയം അടയാളപ്പെടുത്തുന്നുണ്ട്.

ഹിരൺമയയിലെ അവസാന ദിനം

ബാലുവുമൊത്ത് എന്തെങ്കിലും എഴുതുക എന്നത് പുതിയ കുറെ അറിവുകളിലേക്കുള്ള യാത്രകൂടിയാണ്.

അത് കോളേജ് മാഗസിനിൽ തലങ്ങും വിലങ്ങും കഥകളും കവിതകളും ഞങ്ങളൊരുമിച്ച് എഴുതിയ കാലം തൊട്ടുള്ള കാര്യമാണ്. എടാ അങ്ങനെ എഴുത്, നീ അതെഴുത്, ഞാനിതെഴുതാം, അത് കലക്കി എന്നൊക്കെ പറഞ്ഞ് പരസ്പരം പറയാനുള്ള അപൂർവ്വ അവസരം കൂടിയാണ് ഒരുമിച്ചിരുന്നുള്ള എഴുത്ത് നേരം. കൺഫ്യൂഷൻ ടീം സെറ്റായതിനു ശേഷം ബാലുവും ഞാനും മാത്രമിരുന്ന് എഴുതുന്ന രീതിക്ക് കോട്ടം സംഭവിച്ചിരുന്നു. അതുകൊണ്ട് അവനുമൊത്ത് തനിച്ചിരുന്ന് എഴുതാനുള്ള ഒരവസരവും ഞാൻ പാഴാക്കിയിരുന്നില്ല.

ഇടയ്ക്കിടെയുള്ള ഫോൺ വിളികളും ആശയവിനിമയവും അഭിപ്രായം ചോദിക്കലും മാത്രമായി കൂട്ട് തുടർന്നതോടെ ഒത്തുചേരലുകളുടെ ഇടവേളയ്ക്ക് ദൈർഘ്യം കൂടി, ഇടയ്ക്ക് അവനെക്കുറിച്ച് റോണി റാഫേൽ (രാജീവ് നാഥ് സാറിന്റെ *അനിയൻ കുഞ്ഞും തന്നാലായത്* എന്ന ചിത്രത്തിന് പാട്ടെഴുതിയ ദിവസം) ചോദിച്ചപ്പോഴും വിളിക്കാറുണ്ട്, സിനിമ ഉടനെ ഉണ്ടാകുമെന്ന് പറഞ്ഞുവെന്നും പറഞ്ഞു. അവന്റെ കാര്യങ്ങളാണ് ഞങ്ങളന്ന് കൂടുതൽ സംസാരിച്ചത്.

2018 ജൂൺ ആദ്യമാണ് ബാലുവിന്റെ ഫോൺ വിളിയെത്തുന്നത്. എത്രയും വേഗം നേരിട്ട് കാണണം അത് പറയാനാണ് വിളിച്ചത്. തൊട്ടടുത്ത അവധി ദിവസം ഒരുമിച്ച് കാണാമെന്ന് പറയുകയും ചെയ്തു. എന്റെ അവധി ദിവസം അറിഞ്ഞ് അതിനനുസരിച്ചാണ് അവനും പ്ലാനിങ് നടത്തിയത്. രാവിലെ 10 ന് ഹിരൺമയയിലെത്താമെന്ന് ഞാൻ ഏറ്റു. സാധാരണ എല്ലായിടത്തും അരമണിക്കൂറെങ്കിലും അവനെ കാത്തിരി

ക്കേണ്ടി വരും. അന്ന് ആ പതിവ് തെറ്റിച്ച് രാവിലെ 9 മണിമുതൽ അവന്റെ ഫോൺ വിളി വന്നുതുടങ്ങി, എവിടെ എത്തി, എന്തുവാടാ ഇത്, എത്ര നേരമായി കാത്തിരിക്കുന്നു എന്നൊക്കെ ആദ്യമായാണ് അവൻ പറയുന്നത്.

ഇവനെന്തെടാ പറ്റിയതെന്ന് അതിശയിച്ചാണ് ഞാൻ വിജയമോഹിനി മില്ലിന് സമീപമെത്തിയത്. അവിടെ തട്ടുകടയിൽനിന്ന് ചായ കുടിക്കാൻ നേരത്തും അവന്റെ ഫോൺ വന്നു. ഇതാ നിന്റെ വീടിന്റെ വാതിൽക്കലെത്തിയെടാ, മണി പത്താകാൻ ഇനിയും ഇരുപത് മിനിട്ടുണ്ടെന്ന് പറഞ്ഞു. വീട്ടിലേക്കുള്ള വഴി അറിയാമോ എന്ന് അവൻ വീണ്ടും ചോദിച്ചു, ഞാൻ പലതവണ വന്നതല്ലേടാ, മറന്നിട്ടില്ലെന്ന് പറഞ്ഞ് ഫോൺ വച്ചു. തട്ടുകടയിൽനിന്ന് കടുപ്പത്തിൽ ഒരു ചായ കുടിച്ച ശേഷമാണ് ഞാൻ അവന്റെ വീട്ടിലെത്തിയത്.

ലക്ഷ്മിയാണ് വാതിൽ തുറന്നത്, ബാലു കുളിക്കാൻ കയറിയെന്ന് ലക്ഷ്മി പറഞ്ഞു. പിന്നെ ജാനിയെ കളിപ്പിച്ചും കൊഞ്ചിച്ചും അവിടെ ഇരുന്നു. അപ്പോഴാണ് മുകളിലെ മുറിയിൽനിന്ന് ബാലു ഇറങ്ങി വന്നത്. പിന്നെ ജാനിമോളെ അവനും ഞാനും കുറച്ചുകൂടി ലാളിച്ചു. എന്നിട്ടാണ് ഹിരൺമയയിലെ 'ബാലലീല' സ്റ്റുഡിയോയിലേക്ക് ഞങ്ങളിരുവരും കയറിയത്. അതിനുമുമ്പ് ലക്ഷ്മിയോട് ബാലുവിന്റെ വക നിർദ്ദേശവും 'സ്റ്റുഡിയോയിൽ നിന്ന് അടിയുടെയും ഇടിയുടെയും നിലവിളിയുടെയും ശബ്ദം കേട്ടാൽ കാര്യമാക്കേണ്ട,' ഞങ്ങളൊരുമിച്ച് എഴുതാനിരിക്കുകയാണെന്നായിരുന്നു അതിന്റെ അർത്ഥം, ഊണ് കഴിക്കാൻ രണ്ടുപേരും കയറി വരുമല്ലോ എന്ന് ലക്ഷ്മിയും.

അപ്പോഴാണ് എഴുതാനാണ് അവൻ വിളിച്ചതെന്നുപോലും ഞാനറിയുന്നത്. സിനിമ എന്ന് പറയുന്നത് ഒരു സുപ്രഭാതത്തിൽ സംഭവിക്കുന്നതല്ലാത്തതുകൊണ്ട് അവനുമൊത്തുള്ള സിനിമയ്ക്കായി ഞാൻ കാത്തിരിക്കുകയായിരുന്നു. *ഐ അയ്യർ അയ്യങ്കാർ* (പിന്നീട് പേര് മാറ്റിയെന്ന് പ്രശാന്ത് കൃഷ്ണൻ പറഞ്ഞിരുന്നു) എന്നാണ് സിനിമയുടെ പേരെന്ന് അവൻ പറഞ്ഞു. 'നല്ല സിനിമയാണ്. ഞാൻ ചെയ്യാമെന്ന് കരുതിയ സിനിമയാണ്. പിന്നീട് ചില ധാരണപ്പിശക് വന്നതുകൊണ്ട് നിർമ്മാണത്തിൽ നിന്ന് പിന്മാറി. പാട്ട് ചെയ്യാമെന്ന് ഏറ്റിരുന്നു. വരുമോ വരില്ലയോ എന്നൊന്നും അറിയില്ല, നമുക്ക് പാട്ട് ചെയ്തു കൊടുക്കാം. പ്രതിഫലം പിന്നീട് തരും'. ഇതായിരുന്നു സിനിമയെക്കുറിച്ചുള്ള അവന്റെ മുഖവുര. 'പോടാ പ്രതിഫലത്തിന്റെ കാര്യം വിട്. നീ പാടുമോ അതറിഞ്ഞാൽ മതി' എന്നായി ഞാൻ. 'നോക്കാം,' എന്ന് അവനും.

സ്റ്റുഡിയോയിലെ സിസ്റ്റം ഓൺ ചെയ്തു, പിയാനോ ഓൺ ചെയ്തു. എന്നിട്ട് എന്തൊക്കെയോ അവൻ മൂളാൻ തുടങ്ങി, അപ്പോഴാണ് ശരിക്കും എനിക്ക് മനസ്സിലായത്. അവൻ സംഗീതമൊന്നും നേരത്തെ ചെയ്ത് വച്ചിട്ടില്ല, എന്തോ ഒരു സ്പാർക്ക് അവന് കിട്ടിയിട്ടുണ്ട്, അത്രമാത്രം, അത് മനസ്സിലാക്കിക്കഴിഞ്ഞാൽ മൗനമായിരുന്ന് അവനെ ശ്രദ്ധിക്കണം അതാണ് എന്റെ രീതി, അവൻ 'നാ..നാ'.. എന്നോ 'ലാ..ലാ.. എന്നോ മൂളുകയാണെങ്കിൽ അതിൽ പിടിച്ച് ആദ്യ വാക്ക് കുറിക്കണം. പിന്നെ അവൻ ആ വഴിക്ക് വളരെ വേഗം മുന്നോട്ട് പോകും. അതറിയാവുന്നതുകൊണ്ട് അവൻ മൂളുന്നത് കാത്തിരുന്നു. വൈകാതെ അവൻ മൂളി.. ഞാനെഴുതി.

'നോവുകൾ മായുവാൻ..
ഞാനിതാ പോകയായ്..
മൗനമോ മേഘമായ്
അകലുമോ ദൂരെ..
ഞാൻ കഥയറിയാ പാവയായ്..'

'കൊള്ളാം. പക്ഷേ, കുറെക്കൂടി ഫീൽ വരണം'.

പിന്നെ വെട്ടിത്തിരുത്തോട് തിരുത്ത്. കുത്തിക്കുറിക്കും വെട്ടിക്കളയും. ഇതിനിടെ പ്രശാന്ത് കൃഷ്ണൻ വന്നു. കൊച്ചുവർത്തമാനം നടന്നു. പ്രശാന്ത് കൃഷ്ണൻ പോയിക്കഴിഞ്ഞ്, എഴുത്ത് അവൻ ശരിവച്ചു.

ആ വരികളിങ്ങനെയായിരുന്നു..

'യാത്രയിൽ താനെയായ്
നേരമോ ഏറെയായ്
തീരമോ ദൂരെയായ്
നിഴലുമായ് പോകേ

ഞാൻ കഥയറിയാ പാവയായ്
ജീവിതം ചരടെറിയും കൈകളായ്..
പോകവേ..'

'അന്യായ വരി'കളെന്ന് അവൻ, 'അന്വയം പ്രശ്ന'മാകില്ലേ എന്ന് ഞാൻ, 'അത് പ്രശ്നമല്ല, വരികളിൽ നല്ല ഫീലുണ്ട്, പഞ്ചുണ്ട്, നീ എഴുത്തിൽ ഏറെ പുരോഗമിച്ചെടാ' എന്നുപറഞ്ഞ് അഭിനന്ദിക്കാനും അവൻ മറന്നില്ല.

'മധു ബാലകൃഷ്ണനെക്കൊണ്ട് പാടി'ക്കാമെന്ന് ബാലു പറഞ്ഞു, 'നീ പാടണമെന്ന്' ഞാൻ പറഞ്ഞു. 'എന്തുവാടാ' എന്ന് അവൻ. നിനക്കറിയാൻ പാടില്ലാത്ത കാര്യമാണ് കോപ്പിറൈറ്റ് എന്നു പറഞ്ഞ് അവനെ ഒന്ന് ചൊടിപ്പിച്ചു. ജാസി ചേട്ടൻ പറഞ്ഞു തന്ന കോപ്പിറൈറ്റ് നിയമത്തെക്കുറിച്ച് അവനെ പിന്നീട് ബോധവല്ക്കരിച്ചു. അങ്ങനെ പാട്ടിനിടയിൽ എന്തെങ്കിലും അവനും പാടാമെന്ന് ഏറ്റു. വെറും ആറ് വരിയാണ് പാട്ടിൽ ആകെ ഉള്ളത്., ഈ വരികളെ അവൻ പല തരത്തിൽ പാടി മനോഹരമാക്കി. വരികളിത്രയും മതിയെന്നും അതാണ് ഫീൽ എന്നും ബാലു തന്നെ പറഞ്ഞു. അവൻ പാടിയത് റെക്കോർഡ് ചെയ്തത് ഞാനായിരുന്നു. ഒരു തവണ റെക്കോർഡ് ചെയ്യാൻ മറക്കുകയും ചെയ്തു. എടാ എന്റെ നിത്യ തൊഴിലിതല്ല, നീ വല്ല കത്തിക്കുത്തിനെക്കുറിച്ചും പറ ഞാൻ മനോഹരമാക്കി എഴുതിത്തരാം എന്നുപറഞ്ഞ് ഞാൻ അവനെക്കൊണ്ട് വീണ്ടും പാടിച്ച് റെക്കോർഡ് ചെയ്തു.

ഊണിന് ഒപ്പം ഇരുന്നു. അവൻ കുറച്ച് ചോറ് മാത്രം കഴിച്ചു, ഭക്ഷണനിയന്ത്രണമാണെന്ന് പറഞ്ഞു. അവനൊപ്പം കഴിച്ചിട്ട് കുറെക്കാലമായതുകൊണ്ട് ഞാൻ വിശാലമായി കഴിച്ചു. ജാനിമോളുമായി പപ്പടം പങ്കുവച്ചും കൊഞ്ചിച്ചുമാണ് ഭക്ഷണം കഴിച്ചത്. മോളെ പഠിപ്പിക്കുന്ന കാര്യത്തിൽ സമാന്തര വിദ്യാഭ്യാസമെന്ന അവന്റെ പിടിവാശി എനിക്ക് ഇഷ്ടമായില്ലെന്ന് പറഞ്ഞു. മോളും നിന്നെപ്പോലെ സർക്കാർ സ്കൂളിലൊക്കെ പഠിച്ച് സമ്മാനമൊക്കെ വാങ്ങണമെന്നാണ് എന്റെ സ്വപ്നമെന്ന് ഞാൻ പറഞ്ഞു. സ്കൂളിൽ വിടാതെ പഠിപ്പിക്കാൻ പറ്റുമോ എന്നാണ് അവന്റെ ചിന്തയെന്നും അവൻ പറഞ്ഞു.

വീണ്ടും സ്റ്റുഡിയോയിലെത്തിയ ബാലു പുതിയ പ്രോജക്ടുകളെക്കുറിച്ച് വാചാലനായി. അപ്പോഴേക്കും പ്രശാന്ത്കൃഷ്ണൻ വീണ്ടും എത്തിയിരുന്നു. രാജ്യാന്തര നിലവാരമുള്ള ഒരു നൃത്തശില്പത്തെക്കുറിച്ചാണ് അവൻ പറഞ്ഞത്. മുമ്പ് ചെന്നൈയിൽ വച്ച് ഒരു ഷോയിൽ അത്തരമൊരു പരീക്ഷണം നടന്നുവെന്നും അവൻ സൂചിപ്പിച്ചു. കൂടാതെ സ്വന്തം സിനിമയെക്കുറിച്ചും അവൻ വാചാലനായി. കഴക്കൂട്ടത്ത് അവനുള്ള ഫ്ളാറ്റിൽ എന്നോട് താമസിക്കാൻ പറഞ്ഞതൊക്കെ അപ്പോഴാണ്. വിഷ്ണുവാണ് എല്ലാ കാര്യങ്ങളും നോക്കുന്നതെന്നും വേണമെങ്കിൽ അവനോട് പറയാമെന്നും ബാലു പറഞ്ഞു. അതൊന്നും വേണ്ടെന്ന്

പറഞ്ഞ് ഞങ്ങളിറങ്ങാൻ തുടങ്ങി. ജിമ്മിൽ പോകുന്നതുകൊണ്ട് ശരിക്കുറങ്ങണമെന്ന് ഞാൻ അവനെ ഓർമ്മിപ്പിച്ചു. ഇടയ്ക്ക് രാമചന്ദ്ര ഗുഹ പങ്കുവച്ച ഒരനുഭവ കഥ അവന് പറഞ്ഞുകൊടുക്കുകയും ചെയ്തു. ജിമ്മിലൊക്കെ കൃത്യമായി പോയിരുന്ന ഒരു മാന്യനായ മനുഷ്യൻ പെട്ടെന്ന് ഹൃദയാഘാതം വന്ന് മരിച്ചുപോയ കഥയാണ് ചരിത്രകാരനും കോളമിസ്റ്റുമായ രാമചന്ദ്ര ഗുഹ എഴുതിക്കണ്ടത്. സുഖകരമായി മരിക്കാനാണ് ജിമ്മിൽ പോകുന്നതെന്നായിരുന്നു അവന്റെ മറുപടി, അതുകേട്ട് ഞാൻ അവനോട് കയർക്കുകയും ചെയ്തിരുന്നു.

മോളെ ഒരിക്കൽക്കൂടി കാണണമെന്നുണ്ടായിരുന്നെങ്കിലും നല്ല ഉറക്കത്തിലായ അവളെ ശല്യപ്പെടുത്താൻ പോയില്ല. മാനവീയം വീഥിയിൽ നിന്ന് ചായകുടിക്കാമെന്ന് ഏറ്റാണ് വീട്ടിൽ നിന്നിറങ്ങിയത്. എന്റെ സ്കൂട്ടറിൽ കയറുന്നോ എന്നൊക്കെ ചുമ്മാ ഞാൻ ചോദിച്ച ശേഷമാണ് അവിടെനിന്ന് തിരിച്ചത്. ഇടപ്പഴിഞ്ഞി മുതൽ തോരാത്ത മഴ തുടങ്ങി, ഞാൻ ആകെ നനഞ്ഞു. പിന്നാലെ കാറിലെത്തിയ അവൻ ചായ കുടിക്കാൻ മറ്റേതോ ഹോട്ടലിലേക്ക് ക്ഷണിച്ചു. പ്രശാന്ത് കൃഷ്ണൻ അവിടെ ഉണ്ടെന്നും പറഞ്ഞു. കാറിൽ കയറാൻ ആവശ്യപ്പെട്ടു. ഇല്ലെടാ, മുഴുവൻ നനഞ്ഞു, പിന്നൊരിക്കലാകാം ചായ കുടി എന്നുപറഞ്ഞാണ് ഞങ്ങളന്ന് പിരിഞ്ഞത്.

അന്നെഴുതിയ പാട്ടുപോലെ ആ യാത്രപറയലും വഴിപിരിയലും അന്യായമായിപ്പോയി. യാത്രയിൽ താനെയായ്.

ഞാനോ കഥയറിയാ പാവയായ്,

അവസാന സംഭാഷണം

ഹിരൺമയയിലെ കൂടിക്കാഴ്ചയ്ക്കുശേഷം അവൻ വിളിച്ചു. 'നീ കൂടെയുണ്ടായിരുന്നെങ്കിൽ കുറെ ഏറെ വർക്ക് ചെയ്യാമായിരുന്നു' വെന്നാണ് ആദ്യം പറഞ്ഞത്. ഞാൻ പറഞ്ഞത് കൂടിപ്പോയോ എന്നറി യില്ല. 'നിന്റെ അലസത മാറ്റണമെന്നും നീ ഏത് നേരത്ത് വിളിച്ചാലും ഞാനെത്താമെന്നും കൂടെയിരിക്കാമെന്നും' അന്ന് പറഞ്ഞു. അപ്പോഴാണ് മുമ്പ് പറഞ്ഞ ഒരു സംഗീത സംവിധായകന്റെ ജീവിതം സിനിമ യാക്കണമെന്ന് വീണ്ടും അവൻ പറഞ്ഞത്. അതല്ലെങ്കിൽ മറ്റെന്തെങ്കിലും വേഗമെഴുതണമെന്നും അവൻ പറഞ്ഞു. ലക്ഷ്മി ഒരു ത്രെഡ് പറഞ്ഞുവെന്ന് പറഞ്ഞ ബാലു ഒരു കലാതിലകത്തിന്റെ ജീവിതം വേറിട്ട രീതിയിൽ എഴുതാമോ എന്ന് ചോദിച്ചു. മഞ്ജുവാര്യർ അഭിനയിക്കാൻ തയ്യാറാകുമെന്നും അവൻ പറഞ്ഞു. അത് പറഞ്ഞ രീതിയാണ് എന്നെ ഞെട്ടിച്ചത്.

'നീ എഴുതിയാൽ ഞാനുറപ്പ് തരുന്നു, മഞ്ജുവാര്യർ അഭിനയിക്കും' എന്നാണ് അവൻ പറഞ്ഞത്. അന്ന് തന്നെ ചിലങ്ക എന്ന പേരിൽ ഒരു സംഭാഷണ ശകലം എഴുതി അവന് അയച്ചുകൊടുത്തു. അതിഭാവുകത്വം വേണ്ടെന്ന് ബാലു പറഞ്ഞു. കഥ എഴുതി അയക്കാനും ഓർമ്മിപ്പിച്ചു.

പിറ്റേന്ന് തന്നെ കഥാസംഗ്രഹം എഴുതി അയച്ചു. അതിഷ്ടമായെന്നും നമുക്കിത്തിരി മാറ്റങ്ങളൊക്കെ വരുത്താമെന്നും അവൻ പറഞ്ഞു. ബാംഗളൂരു യാത്ര കഴിഞ്ഞ് ഒരുമിച്ചിരിക്കാം' രണ്ട് ദിവസം അവധിയെടു ക്കാനും എന്നോട് ആവശ്യപ്പെട്ടു. അടുത്ത ദിവസം വീണ്ടും വിളിച്ചു. 'നീയറിയാൻ' കാസറ്റ് പുറത്തിറക്കിയ 'രാജ്മീന ഡിജിറ്റൽസിലെ' രാകേഷിന്റെ ഫോൺ നമ്പർ സംഘടിപ്പിക്കണമെന്നും 'എൻ നെഞ്ചിലെ..' എന്ന നമ്മുടെ പാട്ട് പുതിയ ഭാവത്തിൽ പുറത്തിറക്കണമെന്നും അവൻ പറഞ്ഞു. ഞാൻ ഏല്ക്കുകയും ചെയ്തിരുന്നു. 'എൻ നെഞ്ചിലെ' എന്ന

പാട്ട് ചെയ്യുന്ന കാര്യം എന്നോട് അവൻ നേരത്തെ പറഞ്ഞിരുന്നു. കൂടാതെ ചെയ്തുവച്ചത് കേൾപ്പിക്കുകയും ചെയ്തിരുന്നു. പാട്ടിന് ഇഷാൻ ദേവ് വരുത്തിയ രൂപ മാറ്റങ്ങളിൽ തൃപ്തിയില്ലെന്നും ബാലു പറഞ്ഞിരുന്നു. ഞാൻ രാകേഷിന്റെ നമ്പറൊക്കെ സംഘടിപ്പിച്ച് വ്യാഴാഴ്ച വീട്ടിലെത്താമെന്ന് ഏല്ക്കുകയും ചെയ്തു.

അതേ വ്യാഴാഴ്ച അവനെ വിളിക്കുന്നു ഫോണെടുക്കുന്നില്ല, കുറെ തവണ വിളിച്ചു അവൻ ഫോണെടുക്കുന്നില്ല.അവധി എടുത്തത് വെറുതെയായി, ഞാൻ മുറിയിൽ കുത്തിയിരുന്ന് എന്ത് ചെയ്യാൻ, രണ്ട് അവധി ദിവസവും ഞാൻ വിളിച്ചു അവൻ ഫോണെടുത്തില്ല., പിറന്നാളിന് ആശംസ അറിയിച്ചിട്ടും മറുപടിയില്ല,. സാധാരണ ഒരിക്കലും ആശംസയ്ക്ക് മറുപടി അയക്കാൻ അവൻ മറന്നിരുന്നില്ല.

പിന്നീട് മഴ തിമിർത്ത് പെയ്ത് കേരളം പ്രളയത്തിൽ മുങ്ങി. അതോടെ ന്യൂസ് റൂമിലെ യുദ്ധം വർദ്ധിച്ചു, 'കരളുറപ്പുള്ള കേരളം' 'നൊമ്പരമെഴുതിയ മഴയേ' എന്നിങ്ങനെ ഞാനെഴുതിയ പാട്ടുകളും പുറത്തുവന്നു. ഇതിനിടയിൽ അവനെ വിളിച്ചപ്പോഴും ഫോണെടുത്തില്ല. *ന്യൂസ് 18* തയ്യാറാക്കിയ പ്രളയകാലത്തെ ഓണത്തെക്കുറിച്ചുള്ള പോസ്റ്റർ അയച്ചുകൊടുത്തതിനും മറുപടിയില്ല. അവൻ വിദേശത്തായിരിക്കുമെന്ന ധാരണയിൽ പിന്നീട് വിളിക്കാമെന്ന് മനസ്സിലുറപ്പിച്ചു.

അവനൊരു സർപ്രൈസാകണം ഇനിയുള്ള കൂടിക്കാഴ്ച എന്ന് തീരുമാനിച്ച് 'ചിലങ്ക'യെന്ന തിരക്കഥ പൂർത്തിയാക്കാൻ തുടങ്ങി. ഇതിനിടെ ബാലുവിന്റെ മാനേജർ തമ്പിയെ കണ്ടപ്പോഴാണ് അവൻ ആരുടെയും ഫോൺ എടുക്കുന്നില്ലെന്ന കാര്യം മനസ്സിലാക്കിയത്. പ്രളയകാലത്ത് അവൻ ചെയ്ത കാര്യങ്ങളും തമ്പി പറഞ്ഞു. എന്നെ വിളിക്കാത്തതിലുള്ള പ്രതിഷേധം ബാലുവിനെ അറിയിക്കാൻ തമ്പിയോട് പറയുകയും ചെയ്തിരുന്നു.

തിരക്കഥയിൽ ആദ്യ സീൻ എഴുതിക്കഴിഞ്ഞതിന്റെ പിറ്റേന്ന് 2018 സെപ്തംബർ 25 ന് പുലർച്ചെ ഓഫീസിൽനിന്ന് പി ജി പ്രബോധാണ് എന്നെ വിളിച്ചുണർത്തിയത്. അത് ശുഭകരമായ വാർത്ത അറിയിക്കാനായിരുന്നില്ല.

അപ്രിയ സത്യം

രണ്ടായിരത്തി പതിനെട്ട് സെപ്തംബർ 25 മുതൽ എന്റെ കാഴ്ച കണ്ണീർ കൊണ്ട് മറഞ്ഞു. അപകടത്തിന്റെയും വിയോഗങ്ങളുടെയും നേർ വിവരണമെഴുതി വീണ്ടും ഇരുളു കൂട്ടുന്നില്ല. ജീവിതത്തിൽ ഏറെ ഇഷ്ടപ്പെട്ടിരുന്ന രണ്ടുപേർ ഇന്നില്ല. നിഴലുപോലെ ഒപ്പം നടന്നവനും മാലാഖയെപ്പോലെ കുഞ്ഞരിപ്പല്ലുകാട്ടി ചിരിച്ച മകളും.

സെപ്തംബർ 27 ന് തിരുവനന്തപുരത്ത് വട്ടിയൂർക്കാവിന് സമീപ മുള്ള തിട്ടമംഗലത്ത് ബാലുവാങ്ങിയ സ്ഥലത്ത് വിതുമ്പലടക്കാനാകാതെ തടിച്ചുകൂടിയവരിൽ ഞാനും ഉണ്ടായിരുന്നു. കലാമത്സരങ്ങളിൽ വിജയിച്ച് ഓടി അടുത്തുവരുന്ന മകളെ സ്വപ്നം കണ്ടിരുന്ന എനിക്ക് ജാനിമോളുടെ മുഖം ഒരുനോക്ക് കാണാനേ കഴിയുമായിരുന്നുള്ളൂ. എന്റെ വിരൽ പിടിച്ചിട്ട് വിടാതിരുന്ന അതേ വരാന്തയിൽ അവളുടെ ചിരിമായാത്ത മുഖത്തെ മുറിപ്പാട് കണ്ട് ദേഹം വിറച്ചു. വീഴുമെന്ന് തോന്നിയപ്പോഴാണ് പുറത്തിറങ്ങി പൊട്ടി ക്കരഞ്ഞത്. ബിജുമുരളീധരനും, ഇഷാൻ ദേവിനൊപ്പം കൺഫ്യൂഷനിലെ കൂട്ടുകാരും ലക്ഷ്മിയുടെ സഹോദരൻ പ്രസാദും ബാലുവിന്റെ അച്ഛനും പലപ്പോഴും എന്റെ തോളിൽ പിടിച്ച് വിതുമ്പിക്കരഞ്ഞു. പൂക്കളോടൊപ്പം പുതുമണ്ണിലേക്ക് ജാനിയും മറയുന്നതുകണ്ട് അന്ന് ആകാശവും കണ്ണീർവാർത്തു.

ആ ദിവസങ്ങളിൽ നേരം പുലരും മുമ്പ് അനന്തപുരി ആശുപത്രി യിലെ 6114 മുറിയിലെത്തി അച്ഛനെ കണ്ട് സംസാരിച്ചു. ആശ്വസിപ്പിച്ചാൽ തീരുന്നതല്ല അച്ഛനും അമ്മയ്ക്കും ഉണ്ടായ ദുഃഖവും നഷ്ടവും എന്നറി ഞ്ഞിട്ടും ഹൃദയത്തിന് ശരിയെന്ന് തോന്നിയ ബാലുവിനെക്കുറിച്ച് അവരോട് സംസാരിച്ചിരുന്നു.ആശുപത്രിയിലേക്ക് വിശേഷം തിരക്കി മറ്റ് കൂട്ടുകാരും ബന്ധുക്കളും എത്തുന്നതിന് മുമ്പേ ഞാനവിടെനിന്ന് ഇറങ്ങും. അല്ലെങ്കിലും എനിക്ക് ആൾക്കൂട്ടത്തോട് ഇടപഴകാൻ അറിയില്ല. അവരുടെ

വാക്കുകളും പ്രകൃതവും പലപ്പോഴും വേദന വർദ്ധിപ്പിച്ചതേ ഉള്ളൂ. ആരെയും കാണാതിരിക്കാൻ മനഃപൂർവ്വം ശ്രദ്ധിച്ച ദിവസങ്ങളായിരുന്നു അത്.

കാര്യങ്ങളൊക്കെ ബിജുവിനെയും അമ്പിളി അണ്ണനെയും അഭിരാം ചേട്ടനെയും മാത്രം വിളിച്ച് പറഞ്ഞു. മറ്റുള്ളവരോട് സ്വതസിദ്ധമായ മൗനം കൊണ്ടോ വാചാലതകൊണ്ടോ ഹൃദയം സംവദിച്ചുവോ എന്നറിയില്ല. ഒറ്റമുറി ജീവിതത്തിൽ തനിച്ചിരുന്ന് സമയം കൊല്ലുന്നതുപോലെ മാരകമായ ഇടപാട് ജീവിതത്തിൽ വേറെയില്ലെന്ന് എപ്പോഴും തോന്നിയിരുന്നു. അതുകൊണ്ട് ഓഫീസിൽ കൂടുതൽ എനർജിയോടെ ജോലി ചെയ്യാൻ ശ്രമിച്ചുവെന്ന് വേണം കരുതാൻ. ഓഫീസ് വിട്ട് വീട്ടിലെത്തിയാൽ അതിരാവിലെ ആശുപത്രിയിലെത്താൻ അലാറം കൊടുത്ത് കിടക്കും. ഉറക്കം എന്നെ ശപിച്ച് അകന്ന് നിന്നു.

ഒക്ടോബർ 2 പുലർന്നത് എന്റെ നെഞ്ചിൽ ബാലഭാസ്കർ അന്തരിച്ചുവെന്ന് ബ്രേക്കിങ് ന്യൂസ് എഴുതി വരുന്നതുകണ്ടാണ്. ആ പുലർകാലം പെയ്തൊഴിയാതെ എന്നും കരളിൽ തങ്ങി നില്ക്കാൻ ടെലിവിഷൻ സ്ക്രീനിലെ ആ ഒറ്റ നിമിഷത്തെക്കുറിച്ചുള്ള ഒരോർമ്മ മാത്രം മതിയാകും.

ബിനു ഐ പിക്കൊപ്പം വയനാടേക്ക് പോയ ബിജുവാണ് പന്ത്രണ്ടരയോടെ എന്നെ ആദ്യം വിളിച്ചത്. ആ വിളിയിൽ എന്തോ പന്തികേട് തോന്നിയിരുന്നു. ഉടനെ അടുത്ത വിളികളെത്തി, പിന്നീട് കൂട്ടക്കരച്ചിലുകളാണ് ഫോണിലൂടെ തേടിവന്നത്. മനഃസാന്നിദ്ധ്യം വിട്ടാൽ ഏറെ തകരുന്നത് ഞാനായിരിക്കുമെന്ന് ഉറപ്പായിരുന്നു. അതുകൊണ്ട് ആദ്യം പോയത് ജീവനായി കരുതുന്ന ന്യൂസ്റൂമിലേക്ക് തന്നെയാണ്. ചിലപേരുകളിവിടെ പറയാതിരിക്കുക എളുപ്പമാകില്ല. ഓഫീസിൽ രാത്രി ഡ്യൂട്ടിയിലുണ്ടായിരുന്ന രാഹുൽ, ധീരജ്, ഉണ്ണികൃഷ്ണൻ, വി എസ് അനു ഇവരായിരുന്നു എഡിറ്റർ രാജീവ്ദേവരാജിന്റെയും ടി ജെ ശ്രീലാലിന്റെയും സതീഷിന്റെയും അച്ചുവിന്റെയും നിർദ്ദേശാനുസരണം ആ വിയോഗ വാർത്ത പ്രാധാന്യത്തോടെ ആദ്യം ജനങ്ങളിലെത്തിച്ചത്.

ആശുപത്രിയുടെ പ്രധാന വാതിലിൽ അച്ഛനെ കണ്ടു, 'അവൻ നമ്മളെ എല്ലാവരെയും പറ്റിച്ച് പൊയ്ക്കളഞ്ഞു'വെന്നായിരുന്നു അച്ഛൻ പറഞ്ഞത്. മറ്റാരെയും കാണാനോ കേട്ട് നില്ക്കാനോ സമയം ഉണ്ടായിരുന്നില്ല. ബാലുവിന് ഉചിതമായ യാത്രയയപ്പ് നല്കണം. അതായിരുന്ന മനസ്സ് മുഴുവൻ. യൂണിവേഴ്സിറ്റി കോളേജ് അങ്കണത്തിൽ പൊതുദർശനം വേണമെന്നത് ആഗ്രഹമായിരുന്നില്ല വാശിയായിരുന്നു.

എനിക്കെന്നല്ല ബാലുവിനെ സ്നേഹിച്ചിരുന്നവർക്കൊക്കെ അവൻ പത്മപുരസ്കാരത്തിന് അർഹനാകുന്നത് കാണണം എന്നായിരുന്നു മോഹവും സ്വപ്നവും. അന്ന് അവന് കോളേജ് അങ്കണത്തിൽ സ്വീകരണം നല്കണമെന്നും ഞാൻ ആഗ്രഹിച്ചിരുന്നു. അതൊക്കെയാണ് അണപൊട്ടി വന്നത്.

തിരുവനന്തപുരം മെഡിക്കൽ കോളേജിന്റെ മോർച്ചറി വരാന്തയിൽ കാത്ത് നില്ക്കുന്ന നേരം ഉള്ളിലെ ഭ്രാന്തിന് തീ പിടിച്ചിരുന്നു. പൊട്ടിക്കരഞ്ഞ് ജാസി ചേട്ടനും ഷറഫും ഇഷാനുമൊക്കെ സങ്കടം പങ്കിട്ട നേരം കല്ലുപോലെ നിന്നത് ഉള്ളിലെ കൊടുങ്കാറ്റിനെ അടക്കിപ്പിടിച്ചാണ്.

എം എൻ സി ബോസ് സാറിനോടും അമ്പിളി അണ്ണനോടും അഭിരാം

കൃഷ്ണനോടും പൊതുദർശനം യൂണിവേഴ്സിറ്റി കോളേജ് അങ്കണത്തിൽ വേണമെന്ന് പറയുമ്പൊ എന്റെ ഹൃദയം മുഴുവൻ പത്മ പുരസ്കാരത്തിൽ തിളങ്ങി നില്ക്കുന്ന എന്റെ ബാലുവായിരുന്നു. എല്ലാ മത്സരങ്ങളിലും ഒന്നാം സമ്മാനം നേടി കോളേജിന് അഭിമാനമായി മാറിയ നിന്നെ എടുത്തുയർത്തിയ അങ്കണത്തിൽ നിന്നെ എടുത്തു കിടത്തി. മുഖ്യമന്ത്രിയും മന്ത്രിമാരും എന്നുതുടങ്ങി ആയിരക്കണിക്കിനുപേർ അവസാനമായി കണ്ട് പൂക്കളർപ്പിച്ച് മടങ്ങുന്നത് ഞാൻ ദൂരെനിന്ന് കണ്ടു.

കൂട്ടുകാർ കെട്ടിപ്പിടിച്ച് പൊട്ടിക്കരയുമ്പോഴും ബിനീഷ് കോടിയേരിയും കൊച്ച് മനോജും മൈക്ക് പ്രശാന്തും ഉറി അനൂപും വർണ്ണം സന്തോഷും വെടി സുനിലും ഡി സുനിലും ഓടി നടന്ന് എല്ലാം ഒരുക്കുമ്പോഴും ആളും ആരവവും തിരക്കും ഒഴിയുമ്പോ വയലിനും നെഞ്ചോട് ചേർത്ത് പിടിച്ച് വേദിയിൽനിന്ന് എന്റെ അടുത്തേക്ക് നടന്നുവരുന്ന ബാലുവിന്റെ ഓർമ്മകളിൽ എന്റെ ഹൃദയം വിങ്ങിപ്പൊട്ടി.

മുമ്പ് പലകുറി ശാന്തികവാടത്തിൽ ഞാൻ അന്തിയുറങ്ങിയിട്ടുണ്ട്. കുടിച്ച് ബോധമില്ലാതെ നടന്ന ആ കാലത്ത് ധാരാളം ആത്മാക്കളുമായി സംവദിച്ചിരുന്നു. ഇത്തവണ അവനെ യാത്രയാക്കാൻ ശാന്തികവാടത്തിൽ എത്തിയപ്പോൾ മനസ്സ് അശാന്തമായിരുന്നു. ശാന്തികവാടമെന്ന പേരു പോലും അശാന്തിയുടെ കടൽക്കോളുപോലെ ഹൃദയത്തെ ഭയപ്പെടുത്തുകയും ചിതറിക്കുകയും ചെയ്യുന്നുണ്ടായിരുന്നു. ഔദ്യോഗിക ഉപചാരങ്ങളും പ്രാർത്ഥനയും നിറഞ്ഞ ആ അന്തരീക്ഷത്തിൽ ചെമ്പട്ട് മൂടി നെഞ്ചിൽ വയലിനും ചേർത്തുറങ്ങിക്കിടക്കുന്ന അവനെ ദൂരെനിന്ന് വീണ്ടും കണ്ടു.

അവൻ ഏറെ ആഗ്രഹിച്ചത് നിഷ്കളങ്കമായ സ്നേഹം മാത്രമായിരുന്നു. സ്നേഹത്തോടെ എത്ര ശാസിച്ചാലും അവൻ അത് കേട്ടിരിക്കും അനുസരിക്കും അതൊക്കെയാണ് അവനിലെ പ്രതിഭയുടെ മഹത്വം. ആരുടെയും കാൽ തൊട്ട് വന്ദിക്കാൻ അവന് ഒരു മടിയും ഉണ്ടായിരുന്നില്ല. ആരോടും പുഞ്ചിരിക്കും. ഒരായിരം പേരെ കണ്ടാലും അവരോടൊക്കെ കുശലം പറയും. സുഖാന്വേഷണം നടത്തും. അച്ഛനെ മാതൃകയാക്കി അമ്മയെ ധ്യാനിച്ച് ഗുരുവിനെ വന്ദിച്ച്, ലക്ഷ്മിയേയും ജാനിയേയും പ്രാണനായി സ്നേഹിച്ച്, നേട്ടങ്ങളിൽ മതിമറക്കാതെ എളിമയും വിനയവും ജീവിതത്തിലുടനീളം കാത്തുസൂക്ഷിക്കുകയും ചെയ്ത ബാലുവിനെ കച്ചവടക്കണ്ണോടെ മാത്രം കണ്ടവരോട് മറുപടി പറയാനുള്ള നേരമല്ല എനിക്ക് മുന്നിലുള്ളത്. അവനിലെ കലയേയും കലാകാരനെയും പ്രോത്സാഹിപ്പിക്കുന്നുവെന്ന വ്യാജേന അവനെ തളച്ചിട്ട കൂട്ടുകെട്ടുകളെക്കുറിച്ചുള്ള ആകുലതകളും കണ്ണീരുകൊണ്ട് കഴുകിക്കളയാനാണ് എനിക്കിഷ്ടം.

ഹിരൺമയയെന്ന അവന്റെ സ്വപ്നക്കൂട്ടിൽ അവൻ ചേർത്തുവച്ച സ്നേഹച്ചൂടും പ്രണയക്കനലും കെട്ടുപോകാതിരിക്കാൻ ലക്ഷ്മി അവിടെയുണ്ടാകും. അവൻ പ്രിയത്തോടെ വാങ്ങുകയും വിരൽതൊട്ടുണർത്തുകയും ചെയ്ത വയലിനുകളും അവന് ലഭിച്ച അംഗീകാരങ്ങളും പുതുതലമുറയ്ക്ക് ആവേശം പകരും. അവന്റെ സംഗീതംകൊണ്ട് സമൃദ്ധമായ ഹിരൺമയയിലെ 'ബാലലീല' (അവന്റെ വാക്കിൽ പറഞ്ഞാൽ 'കുട്ടിക്കളി') ജാനിയെപോലുള്ള കൊച്ചുമിടുക്കികളും മിടുക്കന്മാരും പാടിയും വയലിൻ വായിച്ചും ശബ്ദായമാനമാക്കും. അവന്റെ അഭാവം തീർത്ത ഇരുട്ടിലും പ്രകാശമായി അവന്റെ ജീവൻ ഹിരൺമയയിൽ തുടിക്കുമെന്ന പ്രതീക്ഷമാത്രമാണ് നെഞ്ച് നിറയെ.

അവനിഷ്ടമുള്ളതെല്ലാം കൊടുത്ത യൂണിവേഴ്സിറ്റി കോളേജിൽ അവനൊരു സ്മാരകം വേണം. അതുമാത്രമാണ് ഇപ്പോഴുള്ള ഏക ആഗ്രഹം. അമ്പിളി അണ്ണനും ദീപക് ചേട്ടനും വേണു ചേട്ടനും ബിജുവും ഐ പിയും ഷറഫും സാബുവും ശേഖറും എന്തിന് കൂടെ പഠിച്ച എല്ലാവർക്കും അതേ ആഗ്രഹം തന്നെയാണ് നെഞ്ചിലുള്ളത്. അത് സാദ്ധ്യമാകും വരെ ഞാനും വാചാലനായിരിക്കും. ക്ഷമയോടെ കാത്തിരിക്കും.

അവൻ ഒരിക്കലും മരിക്കാത്തവൻ. മരണമില്ലാത്ത സ്നേഹിതനേ നിന്റെ ഹൃദയത്തോട് ഞാൻ ചേർന്ന് നില്ക്കുന്നു.

9 789388 485050

Printed by Libri Plureos GmbH in Hamburg, Germany